Bjössi

Linda

Bert

Petra

Litli-Eiríkur

Þorleifur

Bert og kalda stríðið

Sören Olsson & Anders Jacobsson

Bert og kalda stríðið

Jón Daníelsson þýddi

Mál og menning

Bert og kalda stríðið

Kápa og myndskreytingar: Kwok-Hei Mak

Mál og menning / Reykjavík 2007

1. prentun nóvember 2007
2. prentun desember 2007

Kápuhönnun: Björg Vilhjálmsdóttir
Prentvinnsla: Prentsmiðjan Oddi ehf.

ISBN 978-9979-3-2894-0

Mál og menning er hluti af Forlaginu

www.forlagid.is

Hæ!

Þetta er ég – Bert. Ég heiti Bert Ljung. Amen. Ég þakka – Jesús í frakka.

Amma segir að ég eigi ekki að misnota nafn Herrans. En hvað með það? Er það ekki skárra en að misnota áfengi og eiturlyf? Amma þarf að læra að forgangsraða.

Ég bý í íbúð með tveimur sníkjudýrum. Þau eru kölluð foreldrar. Annað sníkjudýrið er nískur sjóntækjafræðingur. Hann er kallaður pabbi en heitir faðir – eða Friðrik ef einhver vill endilega vanda sig. Hitt sníkjudýrið er strætóbílstjóri og heitir mamma. Þau eru ekki bara nísk, heldur líka löt. Þau nenna ekki einu sinni að búa til eitt einasta lítið systkini handa mér. Ég er einkabarn. Hefurðu nokkurn tíma heyrt getið um svona níska foreldra.

Sá sem ég lít mest upp til er Skuggi. Hann er blár. Það er að segja fötin. Húðina fær enginn að sjá. Þá deyr maður óhugnanlegum dauðdaga. Mig langar ekkert til að sjá húðina. Hún hlýtur að vera hryllileg. Skil ekki hvernig Díana þolir hann.

Stundum gengur Skuggi um göturnar eins og venjulegur maður. Eru venjulegir menn á götunni? Eru það ekki bara rónar og hórur? Skyldi Skuggi kannski selja sig. Það er eins gott að Díana komist ekki að því.

Skuggi er svona nokkurn veginn eins og Jesús, nema hann hefur einn kost: Skuggi slær vondu karlana á kjaftinn þegar þeir haga sér illa. Jesús má bara vera góður og bjóða hinn vangann. Það er ekkert sérlega snjallt. Þá hlýtur maður nefnilega að eiga á hættu að vera laminn aftur. Eða getur kannski verið að Jesúsi finnist meira töff að vera með marbletti á báðum kinnunum, heldur en bara annarri?

Það er margt sem ég veit ekki. En næstum því jafn margt sem ég veit. Til dæmis að það eru 345 metrar milli mín og Áka. Áki er mjög náinn vinur minn. En það má ég ekki kalla hann, segir mamma.

– Það gæti misskilist, segir hún.

Hvernig þá? Ætti ég kannski frekar að kalla hann mjög nána vinkonu mína? Reyndar málar Áki stundum táneglurnar rauðar en það er bara til að það sjáist ekki að þær eru í rauninni gular og skítugar.

Við Áki erum bestu vinir. Við höfum sömu áhugamál. Hann safnar ormum og ég horfi á stelpur. Þetta getum við gert saman. Þegar ég sé fallega stelpu, segi ég:

– Sjáðu þessa! Þessi er flott maður!

Þá um leið sér Áki ánamaðk sem honum finnst flottur. Ég á líka annan vin. Hann heitir Litli-Eiríkur og er svona nokkurn veginn eins og venjulegt fólk, bara minni og máttlausari. Þegar maður vill láta einhverja fallega stelpu taka eftir sér, er upplagt að fara í slag við hann. Litli-Eiríkur hefur ekki sömu áhugamál og við Áki. Hann safnar aðallega upplýsingum um sjúkdóma og þess háttar. Til dæmis er hann alltaf vanur að athuga hvaða daga sé mest hætta á að fá flensu. Þá daga mætir hann ekki í skólann, heldur læsir sig inni í herberginu sínu. Við Áki erum þá vanir að fara heim til hans eftir skóla og þykjast vera með einhvers konar pest og líkþrá. Þá vælir Litli-Eiríkur eins og sírena á löggubíl.

Af hverju heitir það líkþrá? Er það þrá eftir líki? Svona skrýtin orð eru skemmtileg. Þeim skrýtnustu safna ég í bók sem ég ætla að gefa út þegar ég verð fullorðinn. Hún á að heita: *Skrýtin orð*. Höfundur: Bert Ljung orðameistari. Þessi bók gerir mig frægan og ríkan. Þá vilja allar stelpur giftast mér og kaupa húsvagn og hátalarasíma.

Af hverju er ég svona hrifinn af stelpum? Ég er næstum alltaf að hugsa um fallegar stelpur.

Þegar ég er ekki að hugsa um fallegar stelpur er ég að hugsa um fallegar konur.

Í gær var æfing í fótboltanum. Hún gekk ágætlega. Svo komu fjórar stelpur og fóru að horfa á. Þá hætti æfingin að ganga vel. Allir strákarnir hlupu í vitlausar áttir og reyndu að vera töff. Allt fór í tómt rugl.

Á endanum stillti þjálfarinn okkur upp í röð og lét okkur taka vítaspyrnur.

– Þeir sem ekki skora eru úr, æpti þjálfarinn.

Ég hitti boltann snilldarlega með tánni. Því miður höfðu einhver illviljuð æðri máttarvöld flutt markið langt til hliðar og sökkt því hálfu niður í jörðina. Annars hefði ég hitt í vinkilinn. Stelpurnar flissuðu. Ég þóttist hnýta skóreimarnar og gerði nokkrar teygjur til að láta þær sjá að ég væri ekki almennilega búinn að hita upp.

Benni skorar flest mörk í liðinu. Stundum er hann kallaður Benni gullfótur. Þegar hann hittir ekki æpum við Benni skakklappi í staðinn. Ég er kallaður Ógnvaldur götunnar. Ég veit að það er vegna þess að ég er ekkert mjög markhittinn. Áki segir að ég sé kallaður Ógnvaldur götunnar af því að einhver bíllinn á götunni fyrir utan æfingasvæðið fái nýja dæld í hvert skipti sem ég sparka boltanum. Þvílíkt rugl!

Ef mér tekst ekki að verða heimsfrægur rithöfundur með bókinni um skrýtnu orðin, ætla ég að verða atvinnumaður í knattspyrnu í staðinn. Ógnvaldur alheimsins verð ég kallaður. Boltasnillingurinn Bert – með leyfi til að stela boltanum og líka öllum stelpum sem hann vill.

Nú verð ég að hætta að segja frá sjálfum mér. Ég ætla til Áka og reyna að telja honum trú um að vatnið eyðileggi ekki farsíma þótt honum sé skolað niður úr klósettinu. Þegar farsíminn kemur í skolphreinsistöðina hringja verkamennirnir þar í Áka og segja honum að þeir hafi fundið hreinan kúk.

Ef ég get ekki platað Áka þá held ég áfram til Litla-Eiríks. Það má alltaf treysta honum.

Bless bless og bæ – brauðsneið ég fæ

Daginn, daginn um allan bæinn!

Bert Ljung hér. Ég þarf að segja frá mörgu merkilegu. Veistu ekki hver ég er? Ég er eins og fólk er flest.

Samt ekki eins og Bósi Nilsson. Hann er ekki eins og fólk er flest. Alla vega ekki ef maður á að trúa mömmu og það segir pabbi að maður eigi að gera – til að halda frið á heimilinu.

Bósi Nilsson er einn af gömlu kunningjunum hans pabba. Hann kemur alltaf annað slagið, sest við eldhúsborðið og rifjar upp gamlar minningar með pabba í marga klukkutíma. Mamma fer í fýlu en segir ekki neitt.

En þegar Bósi er farinn, segir hún þeim mun meira. Hún segir að Bósi Nilsson sé ekki eins og fólk er flest. Mér finnst hann líkjast fólki í útliti en hann flokkast sem sagt ekki sem fólk. Ég veit ekki hvað hann er. Það hlýtur að vera eitthvað merkilegt. Hann er ekkert óvenjulegur í útliti.

Það er reyndar margt skrýtið sem fylgir því að vera mannvera. Maður þarf að læra alls konar reglur. Það er mikil heppni að eiga pabba og mömmu sem geta hjálpað manni. Þau eru fús til að útskýra hvað maður á að gera og hvað ekki og hvað maður á að segja og hvað ekki.

Maður á til dæmis ekki að segja við lögregluþjón að hann sé bæði blindur og heilalaus. Maður sleppur ekkert frekar við að fá sekt. Spyrðu pabba. Hann veit það. Og maður á ekki segja það sem manni finnst um hitt og þetta af því að þá geta mömmurnar skammast sín. Þær eru sérfræðingar í að skammast sín.

Eitt af því sem mömmur skammast sín fyrir er að eiga son sem prumpar hátt við matarborðið á fínu veitingahúsi. Þá skammast mamman sín svo mikið að hún sleppir eftirréttinum. Í staðinn fer hún beint heim og hámar í sig stóra skál af ís – alein.

Það er margt merkilegt sem maður þarf að hafa í huga þegar maður er maður.

Ég veit að Áki vinur minn er óvenjulega óvenjulegur. Það sagði pabbi hans við hann í gær þegar hann var búinn að baða sig upp úr jarðarberjaísnum. Honum þykir jarðarberjaís nefnilega mjög góður. Áki var orðinn að einum samfelldum

PERIODISKA
SYSTEMET

rauðum og slímugum klumpi. Hann sleikti á sér handlegginn og smjattaði.

– Loksins, sagði Áki ánægður. Nú fær maður að hafa ísinn alveg fyrir sjálfan sig.

– Ertu búinn að gleyma því að ís bráðnar? spurði ég með gáfumannasvip.

– Iss. Engar áhyggjur, svaraði Áki. Maður hallar sér bara út af í frystikistunni í tvo tíma eða svo.

Pabbi Áka kom heim og sá strax þennan rauða slímhaug sem þá var einmitt að byrja að sleikja á sér vinstri fótinn.

Ég taldi 476 blótsyrði og 918 stunur áður en ég þurfti að fara heim í kvöldmat. Ef pabbi Áka er ekki hættur að blóta þá er hann örugglega enn að því.

Annar sem er mjög óvenjulegur er hinn vinur minn, Litli-Eiríkur. Hann er aumasti smáprumpari í öllum heiminum. Alla vega ef maður á að trúa Sleggja í mínum bekk. Sleggi er bæði sterkur og hættulegur. Af öryggisástæðum trúi ég öllu sem hann segir. Í rauninni er Litli-Eiríkur alls ekki aumasti strákur í heimi. Hann er bara sá næstaumasti. Sá allra aumasti er ég sjálfur – að þora ekki að segja neitt við Sleggja.

Litli-Eiríkur er góður vinur. Hann er lélegri en ég í flestu og þess vegna virðist ég vera bæði flottari og gáfaðri í samanburðinum. Það er mikilvægt að eiga rétta vini. Réttu vinirnir eru til dæmis þeir sem lána manni peninga án þess að ætlast til að maður borgi þeim aftur.

Góður vinur skammar mann heldur aldrei, jafnvel ekki þegar maður gerir eitthvað af sér. Til dæmis ef einhver rífur óvart flottasta bolinn sem einhver annar á, þá á sá ekki að skamma vininn. Hann á bara að skilja að ég reif bolinn hans af því að ég öfundaði hann af honum. Því miður eru svona vinir allt of sjaldgæfir.

Þegar ég hugsa mig um held ég ekki að ég eigi einn einasta almennilegan vin. En ég ætti sennilega að útvega mér einn. Hann þarf að vera ljótur og ríkur og má ekki vera hrifinn af sömu stelpum og ég. Skyldu einhverjir svoleiðis vinir vera til?

Hmmm...

Ég er að hugsa um að auglýsa.

Bless bless buxa – ég þarf að huxa

Bleeesuð, bók!

Bert Ljung hér aftur.

Nú þarf ég að segja frá ýmsu merkilegu sem gerst hefur í lífi mínu. Það gerist svo margt merkilegt að mig svimar næstum því. Til dæmis bara í dag. Það byrjaði um leið og ég vaknaði. Þá kom í ljós að ég hafði gleymt að draga niður rúllugardínuna í gærkvöldi. Alveg ótrúlegt!

Ég neyddist til að fara fram úr og ganga á óstyrkum fótum alla leið að glugganum og draga rúllugardínuna niður alveg sjálfur og aleinn. Svo þurfti ég að ganga alla leið til baka að rúminu, leggjast út af aftur og nota síðustu kraftana til draga sængina yfir örþreyttan líkamann.

Ekkert skrýtið að ég skyldi sofna strax aftur. Sennilega ofþreyta.

Eftir allt of stuttan og órólegan svefn og stríðnislega drauma um fallegar stelpur sem ekki vildu kyssa mig af því að ég var svo andfúll, þurfti ég allt í einu að pissa. Það var allt út af því að mamma píndi mig til að drekka allt of mikið kók með kartöflulögunum í gærkvöldi.

Mér finnst það óábyrg hegðun hjá mæðrum að koma svona fram við syni sína. Ég þurfti að beita járnvilja til að staulast fram á klósett. Ég var svo örmagna af þreytu að ég gat ekki einu sinni haft augun opin til að sjá hvar ég pissaði. Eftir dálitla stund fann ég að ég var orðinn blautur á fót-

unum. Þegar mér tókst að opna augun kom í ljós að eitthvert hryllilegt illmenni hafði sett klósettlokið niður – bara til að eyðileggja fyrir mér!

Þetta er svo ægilegt hryðjuverk að ég titra allur – núna, þegar ég er að skrifa um það.

Og ekki nóg með það!

Þegar ég kallaði öskureiður á þessa svokölluðu móður mína á vettvang og bölvaði í sand og ösku þeim illvirkja sem hefði komið svona fram við mig, þá fannst henni að ég ætti að þurrka upp eftir mig! Eins og ég eigi að þurfa að þrífa upp það sem eitthvert illmenni hefur gert! Ég harðneitaði. Alveg þangað til þessi Gestapó-mamma neitaði að gefa mér morgunmat nema ég þurrkaði upp mitt eigið piss. Það munaði engu að ég þyrfti sjálfur að smyrja brauðið mitt og hella mjólkinni í glasið!

Ég meina það! Ef maður á sjálfur að þurfa að smyrja brauðið, til hvers er þá að eiga mömmu?

En svo gerðist hver stórmerkilegi atburðurinn á fætur öðrum.

Listi yfir merkilega atburði:

- Gullfiskurinn Kláus fannst látinn í fiskabúrinu. Blessuð sé minning hans.
- Áki hringdi óvart úr farsímanum sínum þar sem hann var á gangi. Ég gat næstum heyrt um hvað hann var að tala. Eftir tvo tíma var rafhlaðan tóm.

- Amma kom með nýbakaða jólaköku. Hún bakaði hana eftir nýrri uppskrift sem hún fékk hjá sýrlenskri konu sem hún kynntist í kirkjunni. Jólakakan var skrýtin á bragðið.
- Pabbi sagðist ætla að byrja að skokka í næstu viku. Það sagði hann líka í síðustu viku.
- Það var enginn vinningur á skafmiðanum-sem fylgdi með myndasögublaðinu mínu.
- Nöglin á vinstri stórutánni er orðin gul. Skyldi hún vera farin að rotna?

Ég gæti haldið áfram að telja upp merkilega atburði endalaust, en ég má ekki vera að því. Ég þarf líka að gera margt annað merkilegt. Til dæmis að láta mig dreyma um fallegar stelpur. Ég er að velta fyrir mér að verða ástfanginn af Martínu Levin. Hún er einu ári yngri en ég þannig að það er nokkuð hættulegt. En það skiptir engu máli því hún er falleg.

Ég hlóð niður nýjum hringitón í farsímann minn. Það er arabískt diskólag sem heitir *Jalla, Jalla*.

Í hvert skipti sem farsíminn minn hringir, heldur mamma að það sé brunabjallan. Gaman!

Ekki drolla – kaffi í bolla

Hello!

Í dag hefur ýmislegt gerst. Tvennt var hryllingur en eitt fínt.

Annar hryllingurinn var þegar Áki fékk nafnlaust hótunarsímtal.

– Þú ert ekki vel séður hjá okkur, sagði karlinn í símanum.

– Ég? séður? Ég sést ekki einu sinni, sagði Áki og kófsvitnaði af lífhræðslu.

Þá varð þögn í símanum. Svo spurði karlinn við hvern hann væri að tala.

– Engan, alls engan, skrækti Áki í símann.

– Er þetta ekki Franz Kippaldi? spurði hótunarkarlinn.

– Franz hver? spurði Áki hissa.

– Er þetta ekki 855 2690? spurði karlinn.

– Nei, 855 2590.

Karlinn andvarpaði og sagðist hafa hringt í vitlaust númer.

– Guði sé lof, sagði Áki og bað fyrstu bænina á ævi sinni.

Svona var bænin:

– Ef þú ert til, Guð gamli, þá takk! Ef þú ert ekki til máttu skíta í buxurnar. Þetta var vísindalegur brandari. Og ef þú skyldir nú vera til, Guð gamli – gerðu þá við lekann á baðinu. Ég get ekki sofið fyrir þessu eilífa dropahljóði. Bless og þakka – Jesús í frakka!

Áki er klikk.

Hinn hryllingurinn var sá að einhverjir töffaragaurar misþyrmdu strák niðri í bæ. Það er hryllingur þegar svona lagað gerist hér. Það er allt öðru vísi þegar það gerist í bíó. Þá standa leikararnir bara upp á eftir og dusta af sér smávegis kusk og láta svo einhverja fallega snyrtidömu frá kvikmyndafélaginu laga á sér hárið.

En í þessu tilviki liggur strákurinn á sjúkrahúsinu með alvarleg innvortis og höfuðmeiðsli. Það er óvíst hvort hann lifir af, stóð í blaðinu.

Þessi strákur er stóri bróðir Falyu í hinum bekknum. Þetta er klikkað. Hann sækir Falyu stundum og æfir fótbolta í sama félagi og ég. Ég hef oft séð hann – og nú liggur hann þarna á sjúkrahúsinu eins og hver annar ánamaðkur sem einhver hefur trampað á.

Ég reyni að hugsa ekki um þetta. Ég fer frekar að sofa og reyni að láta mig dreyma eitthvað skemmtilegt. Eins og til dæmis fluggír fyrir ryðgaða skellinöðru. Því miður er ekki til neinn fluggír fyrir ryðgaðar skellinöðrur. Og þegar ég er niðursokkinn í langar samræður við sjálfan mig um allar þær undarlegu hugsanir sem ég hugsa þá er alltaf einhver að trufla mig með því að hringja dyrabjöllunni.

Ég neyðist til að fara og opna af því að pabbi og mamma eru ekki heima. Fyrir utan er strákur sem segist vera með fjögur bréf frá sjúkrahúsinu. En hann neitar að láta mig fá þau nema ég borgi skattinn. Ég verð fúll og loka dyrunum en þá situr hann í sófanum okkar og horfir á sjónvarpið. Hann skiptir og skiptir milli stöðva. Á öllum stöðvum eru fréttir á tyrknesku og fréttaþulirnir berir.

Ég verð sennilega að fara til læknis með heilann í mér. Það er örugglega bannað í einhverjum lögum að dreyma svona skrýtna drauma.

Og svo að lokum þetta fína sem gerðist:

Jessika Persbrandt í níunda bekk sagði að ég væri í flottum bol! Ég varð mjög stoltur og fór að velta fyrir mér hvort hana langaði til að eignast börn, Volvo og fjóra lögguhunda með mér. Það er eins og hún sé kannski skotin í mér. Eða er mig kannski bara að dreyma aftur?

Það er útidagur á fimmtudaginn. Við förum í brennó. Ef ég tapa, ætla ég að brenna boltann. Ef einhver kvartar segi ég bara að ég hafi haldið að þetta ætti að vera svona af því að þetta heitir brennibolti.

Eins gott að ég skyldi fæðast gáfaður.

Adios, adios – Angeles Los

Hæ allar boltabullur!

Þetta er boltasnillingurinn Bert Ljung í allri sinni dýrð.

Íþróttir eru uppáhaldsgreinin mín í skólanum. Ég er góður í boltaíþróttum. Ég vil svo sem ekkert vera að monta mig, en ég er bestur.

Um leið og farið er í einhvern boltaleik, vilja allir hafa mig í sínu liði. Ég skil það vel. Ég myndi líka velja mig.

Allra bestur er ég í fótbolta. Ef mér mistekst að verða rokkstjarna þegar ég verð fullorðinn ætla ég að verða atvinnumaður í fótbolta í staðinn. Þá verður maður líka ríkur. Og maður getur valið úr öllum stelpum. Alla vega ef maður er eins og David Beckham.

En ef maður er eins og Kláus Mellbris í Knattspyrnufélagi Eyrarskóga getur maður aftur á móti ekki valið úr neinum stelpum. Hann er stjarnan í liðinu og skorar mörk í öllum leikjum. En því miður er hann rosalega ljótur. Svo er líka svitalykt af honum og tennurnar eru gular. Þannig er David Becham ekki. Hann burstar tennurnar og þvær sér vandlega á hverjum degi. Það er meira að segja sagt að hann raki á sér rassinn.

Skil ekki hvers vegna. Verður maður skeggjaður á rassinum þegar maður er orðinn fullorðinn? Og ef svo er – af hverju? Flestir láta sér vaxa skegg til að sýnast eldri en þeir eru eða til að líkjast Jesú eða jólasveininum. En það getur ekki haft neina þýðingu að vera með skegg á rassinum. Það sér enginn. Nema náttúrulega læknirinn.

Í gær var fótboltamót fyrir skólana. Þetta mót heitir Fair Play-mótið. Það þýðir að maður á að haga sér vel og ekki rífast. En halló? Hvernig á að spila fótbolta án þess að rífast? Á maður kannski að vera kurteis og sparka boltanum bara beint til andstæðinganna? Það gengur bara ekki upp. Maður á að berjast, eins og þjálfarinn segir. Inni á vellinum meinar hann.

Fyrst spiluðum við á móti nágrannaskólanum, Jungbergsskóla. Það var lélegt lið. Við unnum 3-1 og ég var bestur á vellinum. Benni skoraði tvö mörk og sumir hálfvitar sögðu að *hann* hefði verið bestur. Ég þóttist ekki vera að hlusta. Ég átti sendinguna sem eitt markið kom upp úr. Það var flottasta markið.

Í Jungbergsskóla eru margar fallegar stelpur. Ég neyddi sjálfan mig til að hugsa ekki of mikið um það.

Næsti leikur var á móti Skrantvallaskóla. Í því hverfi eru tóm vandamál og þar gerist margt hættulegt. Slagsmál og þess háttar.

Fyrir leikinn varaði Sleggi okkur við því að þessir strákar væru kannski með hnífa. Hann lagði til að við yrðum líka með hnífa. Við greiddum atkvæði um tillöguna. Nei-atkvæðin voru tveimur fleiri.

– Þið getið sjálfum ykkur um kennt ef þeir stinga ykkur, tautaði Sleggi, súr á svip.

Leikurinn hófst á því að ég sendi boltann á Bjössa sem sendi áfram á Benna sem skaut í slána. Marktækifærið var aðallega mér að þakka. Sendingin frá mér var nefnilega alveg fullkomin. Svo hringdi einhver farsími og við urðum að gera hlé á leiknum til að athuga hver ætti farsímann sem var verið að hringja í. Það var kennslukonan.

Nú fékk ég gríðarlega snjalla hugmynd. Um leið og leikurinn byrjaði aftur sagði ég Áka að hringja í farsímann minn sem lá uppi á áhorfendabekkjunum. Þegar farsíminn minn byrjaði að hringja hlupu allir aftur til að gá að farsímunum. Þá notaði ég tækifærið og rúllaði boltanum í markið. Ég fagnaði og nokkrar bekkjarsystur mínar, sem voru að horfa á, hrópuðu nafnið mitt. Mér fannst ég vera hetja.

RING! RING!
B

Einn strákurinn í Skrantvallaskólanum sagði að þetta væri svindl og markið væri ógilt. Síðan hófust samningaviðræður við dómarann, sem sagði að markið væri gilt. Ef einhver væri nógu vitlaus til að svara í farsímann sinn í miðjum leik gæti hann bara sjálfum sér um kennt.

Nú varð allt brjálað í mótmælum. Dómarinn hlustaði ekki á þau. Hann blés í flautuna og sagði okkur að halda áfram.

Þá beitti Skrantvallaskólinn hryllilegu fantabragði. Allar fallegustu stelpurnar komu og stilltu sér upp á hliðarlínunni og blístruðu og brostu og döðruðu við okkur í Bakkaskólaliðinu. Ég var alveg ósnortinn af þessu lymskulega bragði í 34 sekúndur. Svo var eins og ég hlypi á vegg. Ég gat ekki einbeitt mér.

Þá notuðu ræflarnir í hinu liðinu tækifærið til að skora mark. Svo var jafnt allan leikinn – alveg þangað til á lokamínútunni. Þá fóru þessar hryllilegu stelpur úr peysunum og otuðu brjóstunum að okkur. Allir fengu svima nema Litli-Eiríkur. En hann taldist hvort sem er ekki með. Hann var vinstri bakvörður og hafði hugann aðallega við að hósta og velta fyrir sér hugsanlegum öndunarerfiðleikum. Hann var ekki einu sinni að hugsa um leikinn.

Þegar ég var óvart að horfa á brjóstin á stelpunum eitt augnablik laumuðust andstæðingarnir til að skora 2-1. Svo flautaði dómarinn leikinn af. Við töpuðum. En það vildum við ekki viðurkenna. Áki tók að sér að semja við dómarann. Hanni sagði að mótið héti Fair Play-mótið og þá hlyti allt að eiga að vera réttlátt. Og réttlátast væri auðvitað að við hefðum unnið af því að við hefðum verið betri.

Dómarinn hló að Áka og fór svo. Nú erum við að velta fyrir okkur að kæra til Knattspyrnusambands Svíþjóðar. Það er ekki hægt að láta svona svindl viðgangast.

Við öskruðum dálítið á strákana í Skrantvallaliðinu og kölluðum þá ýmsum ljótum nöfnum. Þeir öskruðu á okkur á móti og kölluðu okkur ljótum nöfnum. Þá sýndum við þeim kreppta hnefa og sögðum að við þyrðum alveg að slást við þá. Þeir sögðust líka þora að slást. Til allrar hamingju vildi samt enginn slást. Ég trúi ekki á ofbeldi. Alla vega ekki ef ég verð fyrir því sjálfur.

Sleggi var sá eini sem vildi drepa strákana í Skrantvallaskólanum. Við höfnuðum boðinu. Okkur langaði ekki í ævilangt fangelsi.

Eftir bolta hljóp – eiturlyfjadóp

(Ath! Djók! Ég trúi ekki heldur á eiturlyf.)

Daginn daginn, segir góði gæinn!

Í dag sannaði mamma að ef hún keppti einhvern tíma á heimsmeistaramótinu í japanskri offituglímu með frjálsri aðferð, færi hún létt með að vinna gullið. Hún er stundum óhugnanlega sterk.

Þetta byrjaði þannig að Bósi Nilsson, gamli kunninginn hans pabba, kom í heimsókn. Það er hann sem er ekki eins og fólk er flest. Hann lítur út eins og hver annar gamall karl, en eftir því sem mamma segir, þá er hann eitthvað allt annað.

Þegar Bósi birtist og settist á stól í eldhúsinu var mamma í vondu skapi. Bósi sat bara og spjallaði um sjálfan sig og gamlar minningar. Mamma vildi losna við hann. Hún sagði að það væri kominn tími til að fara að borða.

– Allt í þessu fína, sagði Bósi. Ég ét allan mat.

Svo borðaði hann með okkur. Hann skóflaði

meira að segja upp í sig síðasta bitanum af heimagerða kjötbúðingnum. Svo ropaði hann hátt og spurði mömmu hvort hún hefði ekki verið full nísk á kryddið.

– Þetta var eiginlega alveg bragðlaust. En maður fékk þó magafylli, svona nokkurn veginn. Hvað er í eftirmat?

– Það er enginn eftirmatur, svaraði mamma pirruð.

– Aaee. Auðvitað fáum við okkur eftirmat, sagði Bósi. Hann stóð upp og opnaði kæliskápinn. Sko! Stærðarinnar súkkulaðikaka!

– Nei! Ég ætla að fara með hana á keramíknámskeiðið á morgun, hvæsti mamma milli samanbitinna tanna.

– Já, þannig, sagði Bósi. En þá er allt í lagi. Þú hefur nógan tíma til að baka aðra fyrst það er ekki fyrr en á morgun. En heyrðu Madda, ekki spara kryddið svona mikið.

Svo tók hann stóran bita af súkkulaðikökunni og stakk upp í sig. Þá fékk mamma nóg. Hún urraði eins og úlfur, tók annarri hendi í kragann og hinni í buxurnar og fleygði Bósa fram í stigagang. Ég hef aldrei áður séð mömmu svona sterka.

– Og ef þú lætur einhvern tíma sjá þig hérna aftur þá skal ég gelda þig með berum höndunum, öskraði mamma arfabrjáluð.

– Hvað er að þér konukind? spurði Bósi undrandi og súr á svip. Það er nú ekki hægt annað en vorkenna aumingja Friðrik að vera giftur svona...

Lengra komst hann ekki því nú steig mamma einu skrefi nær honum, mjög ógnvænleg á svipinn. Bósi tók til fótanna og lét sig hverfa út úr húsinu. Súkkulaðikakan var sennilega það síðasta sem Bósi fær að smakka á þessu heimili.

Mamma getur verið lífshættuleg. Best að leggja það á minnið. Ef ég skyldi lenda í vandræðum með Sleggja einhvern daginn.

Við Áki fengum fína hugmynd. Við ætlum að leigja Litla-Eirík út og græða fullt af peningum. Áki las í einhverju blaði að ræningja í Vestur-Indíum vanti alltaf tálbeitu til að plata fórnarlömb sín. Þeir leita að fólki sem er vesaldarlegt í útliti. Tálbeitan á að ganga heim að húsum ríka fólksins og virðast alveg örmagna. Þegar ríka fólkið opnar svo dyrnar til að hjálpa þessum vesalingi eiga ræningjarnir að stökkva fram úr runnunum og ræna öllu úr húsinu. Áki sagði að tálbeitan ætti að fá 16% af hagnaðinum. Við fórum að reikna.

Ef ræningjarnir komast yfir svona hundrað milljónir – og það er auðvitað mjög lágt áætlað – þá myndum við þrír; ég, Áki og Litli-Eiríkur, fá 16.000.000!!! Það yrðu rúmlega 5 milljónir á mann, mínus útgjöld fyrir flugmiðum og nýjum nærbuxum í staðinn fyrir þær sem Litli-Eiríkur myndi pissa í á leiðinni. Við reiknuðum meira að segja með að Litli-Eiríkur myndi pissa á sig í hvert skipti sem hann hitti ræningjana. Áka fannst að þótt sá kostnaður yrði að vísu mikill þá myndi þetta samt borga sig.

Við hlupum heim til Litla-Eiríks og útskýrðum áætlunina fyrir honum en hann varð bara fúll. Ég skil þetta ekki. Hér komum við og bjóðum honum þetta fína lúxusdjobb og 5 milljónir í laun og hann fer bara í fýlu. Hvað hefur maður að gera við svona vini?

Litli-Eiríkur hefur ekki talað við okkur Áka síðan. En ég veit hvers vegna. Hann ætlar að semja um skiptinguna. Hann vill meira en sinn þriðjung. Sumir eru aldrei ánægðir.

Að sofa með hraði – hvítt súkkulaði (marmelaði)

(Kannski er marmelaði betra. Þarf að hugsa.)

Jamm og já – gul og blá(bjáni)

Áki var heppinn í dag. Hann var ekki laminn í klessu.

Hann sagði öllum bekknum að hann hefði unnið í Lottó og ætlaði að bjóða okkur öllum til Parísar. Allur bekkurinn trylltist í fagnaðarlátum.

Þá fór Áki að reyna að draga úr útgjöldunum. Hann sagði að boðið gilti bara gegn allsberu nuddi.

Sleggi sagðist vera til í það. Nú fór Áki að svitna og sagðist hafa ofnæmi fyrir karlkyns hormónum.

Við strákarnir mótmæltum allir.

Bjössa fannst að við ættum að kalla til óhlutdrægan dómara til að ákveða hvort Áki mætti setja svona skilyrði eða ekki. Áki svitnaði enn meira.

Hann útskýrði fyrir okkur að hann hefði bara

verið að djóka en í staðinn bauðst hann til að finna París fyrir okkur í Landabréfabókinni.

Nú klikkuðust allar stelpurnar og hótuðu að kæra Áka fyrir ólögmæta hegðun á almannafæri.

Enginn vissi hvað það þýddi. Ekki einu sinni kennslukonan. Við fórum í ágiskunarkeppni.

Þorleifur giskaði á tóntegund í djasstónlist. Sandra giskaði á að ólögmæt herðing væri eitthvað sem bara strákar gætu gert.

Mín ágiskun var best. Ég giskaði á að almannafæri væri í rauninni Allra Manna Færi – sem sagt Allir Menn í Færeyjum.

Enginn vissi hvar Færeyjar voru á landakortinu. Þá sagðist kennslukonan allt í einu skilja málið; við værum bara að reyna að láta tímann líða.

Linda, ég og nokkrir í viðbót, mótmæltum.

Svo ræddi bekkurinn um hvort það væri siðferðilega réttlætanlegt fyrir bekk að plata kennarann sinn í þeim tilgangi að láta tímann líða án nokkurrar kennslu. Þetta skildi enginn en rökræðurnar urðu mjög eldfimar.

Svo hringdi bjallan. Allt hafði gengið upp.

Kennslukonan fattaði aldrei að við hefðum öll saman verið búin að skipuleggja þetta fyrir fram.

Á föstudaginn eigum við að koma með egg í skólann. Enginn veit hvers vegna.

Standpína finnst mér skemmtilegt orð. Það er erfitt að útskýra standpínu. Orðið sjálft er dularfullt. Það hljómar eins og það þýddi krossfesting. Krossinn var eins konar standur sem stóð upp í loftið og Jesús píndist. En það er bara ekki þannig. Standpínan er nefnilega í tillanum.

Stundum velti ég fyrir mér hvort maður geti lent í fangelsi fyrir að hugsa jafn sjúklegar hugsanir og ég geri stundum. Ég ætti kannski að fá mér góðan lögfræðing.

Litli-Eiríkur heldur að ég eigi við lögreglufræðing, ha ha ha! Eins og lögreglan hafi eitthvað með þetta að gera. En það er náttúrulega lögreglan sem tekur mann fastan. Kannski Litli-Eiríkur hafi rétt fyrir sér.

Í gærkvöldi horfði ég á sjónvarpsþátt um fólk í útlöndum. Ég vorkenni fólki í útlöndum. Það hefur aldrei neinn kennt þessu aumingja fólki að tala sænsku þannig að venjulegt fólk skilur ekki orð af því sem fólkið í útlöndum segir.

Aumingja fólkið!

Við í Svíþjóð erum venjulegt fólk. Við erum ekki eins og þeir í Texas sem verða að eiga kúrekahatt. Hugsa sér ef maður passar ekki í hattinn. Skyldi regnhlíf duga í staðinn?

Það væri rosalega asnalegt að sjá pabba fara í

vinnuna með stóran hatt á hausnum. Ég myndi skammast mín í tvær eða þrjár vikur.

Einn vinnufélagi mömmu er með túrban á hausnum þegar hann keyrir strætó. Túrban lítur út eins og sárabindi en er alveg gagnslaus við höfuðverk. Ég veit það. Ég er búinn að prófa.

Nú er elgjaveiðitímabilið byrjað. Hvað skyldu elgirnir veiða á elgjaveiðitímabilinu?

Ég er fyndnastur af öllum.

Reyndar er mikilvægt að eiga elg að vini. Það getur komið sér vel að hafa elg á heimilinu ef einhver túristi skyldi koma í heimsókn og vilja taka myndir. Tekjurnar tvöfaldast ef maður getur boðið upp á elg sem er til í að vera með á myndinni.

Ég myndi bjóða elgnum að skipta tekjunum í tvo jafna hluta. Ég fengi peningana og hann fengi veskið.

En hvað? Veskið er úr elgsleðri. Hann gæti notað það í bætur ef einhver skyldi skjóta göt á hann á elgjaveiðitímabilinu.

Áki segir að orðrómur sé á kreiki um að á næsta elgjaveiðitímabili fái elgir að veiða fólk. Það verður ákveðið á Evrópuþinginu. Fjandans Evrópusambandið! Hlaupaskórnir mínir eru gatslitnir!

Áki ætlar að setja eldflaugahreyfla á skóna sína. Ég ætti sennilega að fara að líta í kringum mig og athuga hvort ég get ekki fundið annan besta vin.

Stundum held ég að Áki sakni mömmu sinnar. Hún er dáin og býr í kirkjugarðinum. Ég held samt að hún sé hjá pabba sínum og mömmu á himnum. Áki segist ekki trúa svoleiðis dellu.

Fer að sofa – úti í kofa (ég lofa)

Hæ Gunni glaði!

Þetta er óvenjulegt ávarp. Ég er svolítið óvenjulegur í dag. Í rauninni heiti ég Bert Ljung en í dag er ég að hugsa um að kalla mig frekar Mister Holmström.

Ímyndunarafl er hollt. Ég hef svo mikið ímyndunarafl að ég gæti sett upp sölubás og selt umframbirgðir. Tvö hundruð kall fyrir hverja dós og svo magnafsláttur þannig að fólk gæti fengið þrjár dósir fyrir þúsundkall. Ég ætti að verða orðinn milljónamæringur næsta haust.

Áki var ógeðslegur í gær. Hann er reyndar ógeðslegur á hverjum degi en í gær sló hann heimsmetið í þessum mánuði. Hann er búinn að finna upp nýjan leik; að pissa í mótvindi.

Leikurinn er þannig að maður á að pissa upp

í vindinn án þess að halda í tillann en jafnframt á maður að reyna að fá ekkert piss á sig. Áka mistókst. Fötin hans urðu mjög blettótt. Hann sagði að tilraunin hefði tekist fullkomlega og ætlaði að faðma mig til að halda upp á það. Ég neitaði.

– Þú mátt eiga þína hlandlykt sjálfur, sagði ég.

Áki fór í fýlu og kallaði mig svikara. Hann sagði að það væri mikilvægur þáttur í hátíðahöldum að faðmast. Hann nefndi afhendingu Nóbelsverðlaunanna sem dæmi.

Áki er klikk.

Hann varð að láta sér nægja að faðma tré. Vesalings tréð. Nú ilmar það af hlandi úr Áka. Það er ekki besta ilmvatn í heimi.

Ekkert annað tré getur hugsað sér að giftast þessu tré. Það sekkur ofan í þunglyndi. Svo verður það sagað niður og þá er lífið búið.

Pabbi fór á dansnámskeið. Hann fór reyndar bara í einn tíma. Svo setti hann heimsmet í skrópi.

Ég sagðist vilja vera í skóla hjá honum. Hann svaraði engu en mamma svaraði. Hún hótaði mér ævilöngu útgöngubanni ef ég færi að skrópa í skólanum. Mér tókst að semja um leyfi frá útgöngubanninu – undir eftirliti á leið til og frá skóla.

Einhver sagði einhvern tíma að það væri erfitt

að vera manneskja. Ég er að velta fyrir mér hvort það sé ekki ennþá erfiðara að vera kanína. Til dæmis ef maður ætlaði að vinna sem miðavörður í járnbrautarlest. Enginn myndi taka í mál að sýna kanínu farmiðann sinn. Aumingja kanínan. En á hinn bóginn þurfa kanínur ekki að loka klósettinu í hvert sinn sem þær eru búnar að pissa. Ég veit ekki hvort er verra.

Í dag gerðist nokkuð sem gæti verið gott eða slæmt. Kennslukonan sagði að haldin yrði keppni í vináttu. Sá sem eignast flesta vini á einum mánuði á að fá fín verðlaun. Sleggi sagði að það væri asnaleg keppni, hann gæti eignast þúsund vini með því einu að hóta þeim. En það fannst honum ekki ómaksins virði því verðlaunin yrðu hvort sem er bara eitthvert asnalegt drasl, eins og kannski heklaður íshokkíhjálmur.

Hvað er eiginlega athugavert við heklaða íshokkíhjálma? Allir bestu íshokkíspilararnir í NHL-deildinni nota heklaða hjálma, eða hvað?

Ef maður er laminn í hausinn verður heilinn mjúkur og hlýr eins og bómull og hættir að vilja gera neitt annað en faðmast og kyssast. Það er ágætt. Sérstaklega ef það eru fallegar stelpur sem vilja kyssast. Ef það eru meira en 25 ára gamlir karlar með skegg og allt getur Áki fengið þá. Hann er ekki mjög kröfuharður.

Ég ætla að laumast til að spyrja kennslukonuna hvort það sé satt að verðlaunin séu heklaður hjálmur. Mig langar ekki í einn í viðbót.

Til hvers á maður eiginlega að eiga vini?

Á mínum aldri éta vinirnir bara frá manni kartöfluflögurnar og eitra loftið með táfýlu. Sumir eru litlir og aumingjalegir en aðrir eru brjálaðir vísindamenn sem safna ánamöðkum.

Þegar maður er orðinn fullorðinn koma vinirnir bara í heimsókn þegar konurnar þeirra eru að skilja við þá.

Ein af vinkonum mömmu er alltaf að reyna að fá hana út mér sér og skemmta sér ærlega. Pabbi heldur að það sé vegna þess að vinkonan sé afbrýðisöm af því að mamma sé í góðu hjónabandi. Mamma hlær bara.

Mamma segir að ég hafi erft kímnigáfuna frá pabba. Það getur vel verið. Ef ég hef fengið alla kímnigáfuna hans þá gæti það verið skýringin á því hvers vegna hann á enga fyndni eftir og getur aldrei verið skemmtilegur. Ég er þeim mun fyndnari. Hér er eitt dæmi:

Hópur af töff gaurum sat með flækingshund hjá sér. Þá kom presturinn og spurði hvað þeir væru að gera.

– Við sitjum og ljúgum. Sá sem segir bestu lygasöguna fær hundinn í verðlaun.

– En strákar mínir, sagði presturinn. Þegar ég var á ykkar aldri sagði ég aldrei ósatt.

Það varð þögn um stund, svo sagði einn gaurinn:

– Allt í lagi, strákar. Látið hann hafa hundinn.

Ef keppnin væri fólgin í að segja brandara í staðinn fyrir að eignast vini þá ynni ég með miklum yfirburðum.

Ég ætla að verða fullorðinn þegar ég verð 37 ára. Það er passlegur aldur. Þá ætla ég að safna skeggi til sannindamerkis.

Ekkert pex – súkkulaðikex

Algeng heilsun – tveir bókstafir!

Ég er heimsmeistari í krossgátum. Ég er með réttu orðin í blóðinu. Næst þegar læknirinn tekur úr mér blóðsýni skilur hann ekki neitt í neinu. Orð eins og „orðaforði" og „lögregluofbeldi" eru á sundi alls staðar í blóðinu.

Í dag hjálpaði ég ömmu að leysa krossgátu. Ég hafði ekki hugmynd um að ég væri svona ofboðslega klár.

– Þetta er of erfitt, tautaði amma gamla. Reiðilegt orðtak með tilvísun í saur.

– Éttu skít, sagði ég og vildi ekki láta blanda mér í eitthvert krossgáturugl.

– Takk, sagði amma. Það passar.

Ég skildi ekki neitt í neinu. Amma skrifaði „Éttuskít" í krossgátuna og það passaði.

– Skilurðu þetta, Bert litli? spurði amma. Verður stelpan með tímanum?

DBZ
DBZ

Nú reiddist ég. Það fer í taugarnar á mér þegar amma kallar mig Bert „litla".

– Kerlingarálft, tautaði ég pirraður.

Það birti skyndilega yfir svip ömmu og hún skrifaði „kerling" í krossgátuna. Nú fattaði ég að ég var að hjálpa henni án þess að hafa hugmynd um það. Ég spurði ömmu hvort hægt væri að vinna einhver verðlaun.

– Já. Ef maður leysir alla krossgátuna er hægt að vinna ferð fyrir tvo til Álandseyja.

Heilinn í mér starfaði allt í einu á kappaksturshraða. Ég sá að ég gæti unnið heila ferð ókeypis ef ég hjálpaði henni. Ég bauðst til að hjálpa henni smávegis meira.

– En auðvitað ekki ókeypis.

– Hvað viltu mikið?

– Helminginn af verðlaununum, sagði ég.

– Allt í lagi, en gos og sælgæti er ekki innifalið.

Ég samþykkti þetta tilboð.

Krossgátan var erfið. Fyrst skildi ég ekki neitt í neinu þannig að amma neyddist til að halda fyrirlestur um hvernig á að leysa krossgátur. Tveimur tímum seinna héldum við áfram.

– Getur verið þurr eða blaut, fimm bókstafir og byrjar á T, sagði amma.

Hausinn á mér breyttist í tómat. Ég vissi strax hvaða orð þetta var og það orð mátti ég ekki nota. Ég breyttist í hellisbúann Milton og rumdi bara.

– Iss, sagði amma, það getur varla verið svo erfitt?

– Hefurðu kynnst nokkrum nýjum afa nýlega? spurði ég og þóttist ekki vita neitt.

– Nei, það eru ekki lengur til neinir mjúkir menn sem passa fyrir mig, svaraði amma.

– En ef þú hefðir kynnst einhverjum gæti hann kannski hjálpað þér að rifja upp hvað þetta er, sagði ég.

Amma starði forviða á mig.

– Um hvað ertu að tala?

Ég yppti öxlum.

– Hver er það sem getur verið þurr eða blaut, fimm bókstafir og byrjar á T? Veistu það eða ekki?

– Næst kemur U og svo S og það endar á A, sagði ég og varð í framan eins og tómatar yxu á andlitinu.

– Þú átt við?

Ég kinkaði kolli. Amma horfði á krossgátuna. Hún skrifaði orðið. Svo fór hún að hlæja.

– Þetta var snjallt hjá þér, sagði hún. Þetta hefði mér aldrei dottið í hug sjálfri – eins og ég er þó búin að nota þetta oft og mikið.

Ég fór hjá mér. Þetta var allt of vandræðalegt.

– En amma, sagði ég og skammaðist mín. Svona segja konur ekki.

– Af hverju ekki? Allar konur nota þetta – og meira að segja karlmenn líka.

– En maður talar samt ekki um það. Þetta er dónalegt orð.

– Bert þó, sagði amma og varð í framan eins og eyðimörk í Afríku. Þú hefur greinilega verið að hugsa um eitthvað allt annað en ég hélt.

– Ha?

– Já. Þetta er ekki dónalegt orð. Það er ekkert dónalegt við tusku. *Tuska*. Orðið var *tuska*. Hvað hélst þú eiginlega að það væri?

Ég fékk garnaflækju og mikla verki um allan líkamann og neyddist til að fara heim og hvíla mig.

Ef amma fær verðlaunin fyrir krossgátuna ætla ég að senda einhvern annan í staðinn fyrir mig. Ég þori ekki að hitta ömmu aftur í að minnsta kosti svona 30 – 40 ár.

Vertu hippi – skrifaðu ... (Orð sem er fimm bókstafir og byrjar á T)

Hæ allar fótvörtur!

Þetta er Bert aftur. Ég þarf að segja frá mörgu mikilvægu:

1. Amma er hrukkótt.
   Ég skoðaði hana í gær. Hún var komin með að minnsta kosti fjórar nýjar hrukkur á andlitið.
2. Nefið á Litla-Eiríki er 4% minna en nefið á mér og á Áka. Það hlýtur að hafa einhverja merkilega þýðingu.
3. Í snyrtiveskinu sínu geymir mamma rauðan varalit og þrjú skrýtin áhöld sem hún notar til að mála augun. Rauði varaliturinn er hættumerki. Ég þarf að ræða þetta við pabba.
4. Maður á ekki að nota harpix til að þvo skjáinn á sjónvarpinu.

5. Tómatsósa er ekki eins góð á pönnukökum og hamborgurum. Og það er líka skrýtið að jarðarberjasulta skuli ekki vera góð á hamborgurum. Samt er hvor tveggja rauð eins og varaliturinn hennar mömmu. Mig grunar að hér sé um undarlegt samsæri að ræða.
6. Pabbi Áka á sjö skyrtur sem allar eru alveg eins.
7. Föðurafi minn sendi mér pakka af piparmyntutöflum. Skyldi honum finnast ég vera andfúll?
8. Tillinn á mér er með skrýtnar bólur á húðinni. Skyldi það vera hættulegt?

Í gær unnum við Áki að leynilegu verkefni. Við mældum tær. Áki vildi sanna þá kenningu að hægt væri að sanna margt merkilegt með því að mæla tærnar á fólki. Við byrjuðum á okkar eigin tám. Stóra táin á Áka leit út eins og kartafla. Og næsta tá var í laginu eins og ostapoppsbogi. Áki setti upp undrunar- og óttasvip.

– Þetta er alveg ótrúlegt, sagði hann. Mig dreymir einmitt oft um kartöflur og ostapopp! Þetta hlýtur að merkja að draumarnir smiti tærnar. Það er alveg ótrúlegt.

Ég vildi fleiri sannanir. Við mældum mínar tær. Áki fór að hlæja.

– Rosalega ertu með ljótar tær, sagði hann.

– Hvað meinarðu? Það er ekkert skrýtið við mínar tær, svaraði ég.

– Jæja. Stóra táin lítur næstum því alveg eins út og tillinn á mér.

– Er það? Ertu með svona stuttan og feitan tilla?

Áki leysti niður um sig og sýndi mér. Þetta var alveg ótrúlegt. Tillinn á honum og stóratáin á mér virtust helst geta verið systkin.

– Þetta hlýtur að merkja að þig dreymi um tillann á mér á nóttunni, sagði Áki og skrifaði það í vísindabókina sína.

Þessu vildi ég ekki trúa. Það gæti byggst á einhverju allt öðru. Það er ekki einu sinni víst að það tengist draumum. Kannski eitthvað skyldara erfðum, sjúkdómum og þess háttar.

– Það gæti líka verið öfugt, sagði ég.

– Hvernig þá?

– Já, að þig dreymi svo mikið um tærnar á mér að það hafi smitað tillann á þér.

– Og þá ættu sem sagt kartöflur og ostabogar að láta sig dreyma um tærnar á mér.

– Já. Ég sá það á CNN. Ostabogar lifa sjálfstæðu lífi. Þeir eru fjarskyldir ættingjar ánamaðka.

Nú fékk Áki áhuga. Hann er hrifinn af ánamöðkum. Hann varð dreyminn á svip og sagði hálfhátt við sjálfan sig.

– Ánamaðkar og ostabogar.

– Já. Það er ekkert skrýtið að ánamaðkarnir sem þú safnar vilji reyna að frelsa ostabogana sem þú étur vegna þess að þeir eru frændur. Og þá fara þeir að stjórna því hvað þig dreymir til að þú smitist af ostabogatám.

– Ostabogatám? Er það sjúkdómur?

– Örugglega. Þú getur spurt Litla-Eirík. Hann er sérfræðingur í sjúkdómum.

Áki kófsvitnaði. En hann svitnaði samt ekki eins mikið og ég. Ég var að hugsa um tillann á Áka. Ef það væri nú satt sem hann segir. Að mig dreymi um tillann á honum á nóttunni – án þess að hafa einu sinni hugmynd um það. Það væri hryllingur!

Kannski er ég að breytast í einhvers konar homma. Það væri ekki gott. Ég sem er svo hrifinn af svo mörgum stelpum. Á ég nú að fara að hafa áhuga á strákum? Ég ætla að skrifa lesendabréf til Vikunnar. Þar er svona spurningum svarað.

Eftir þessa frumrannsókn var kominn tími til samanburðarrannsókna á öðrum. Við tókum stafrænu myndavélina hans Áka til að ná góðum myndum af tánum á fólki.

Við byrjuðum á pabba. Tærnar á honum voru hrukkóttar. Svipað og tærnar á ömmu. Auk þess var sápulykt af þeim. Dularfullt. Ég hélt að það ætti að vera svitalykt af tám.

– Ég var að koma úr baði, sagði pabbi pirraður.

– Nehei. Þú þorir bara ekki að viðurkenna að tærnar á þér séu orðnar að gamalmennistám.

Pabbi sagðist ætla að strauja á sér tærnar og svo gætum við fengið að sjá flottustu tær í heimi. Við höfðum ekki tíma til að bíða eftir því, þannig að við héldum áfram.

Næstur í röðinni var Sleggi. Fyrst vildi hann ekki sýna okkur tærnar á sér. Hann sagði að þær væru svo flottar að fólk borgaði iðulega fyrir að fá að sjá þær. Við fengum kunningjaafslátt og borguðum hundraðkall hvor.

Það var táfýla af tánum á Sleggja. Það var næstum liðið yfir okkur þegar við fórum að mynda þær. Sleggi hafði heldur ekki klippt táneglurnar í að minnsta kosti þrjú ár. Þær voru ljótar og hvassar og minntu á varúlfsklær. Við sögðum að þær væru flottar til að sleppa við barsmíðar.

– Ef þið seljið myndirnar fæ ég 50% af hagnaðinum, sagði Sleggi.

Við sögðum ekki neitt.

Næst fórum við til ömmu. Tærnar á henni voru lakkaðar rauðar.

– Naglalakkar þú á þér tærnar? spurði ég.

– Auðvitað, sagði amma. Maður veit aldrei hvenær einhver kemur í heimsókn.

– Þannig að þeir sem koma í heimsókn eru vanir að skoða á þér tærnar, sagði Áki og skrifaði eitthvað í vísindabókina sína.

Amma sagðist alltaf hafa hugsað vel um tvennt; hollan mat og hreinlæti. Bæði að bursta tennurnar og skrúbba hendurnar.

Að skrúbba hendurnar er nokkurn veginn það sama og að þvo sér um hendurnar. En ég held að maður finni meira til þegar maður skrúbbar hendurnar. Þá á, held ég, ekki að nota sápu, heldur bursta eða kannski sand.

Í gamla daga skrúbbaði fólk sig af því að það hafði ekki efni á að kaupa sápu. Amma er næstum því eins gömul og risaeðlurnar. Pabbi er vanur að segja að hún hafi verið eina risaeðlan sem ekki dó út. En hann þorir ekki að segja það þegar mamma heyrir. Þá verður hann laminn.

Svo fórum við til Litla-Eiríks. Hann er með merkilegustu tær í heimi. Litla táin er lengri en stóra táin.

– Á þetta að vera svona? spurði ég.

– Hvað? Er eitthvað að? spurði Litli-Eiríkur óttasleginn.

– Ég veit það ekki en ef ég væri með svona tær færi ég beint á bráðamóttökuna, sagði ég.

Nú var næstum liðið yfir Litla-Eirík af skelfingu. Hann sótti sér bók upp í hillu og las þar eitthvað um tær. Í bókinni stóð að tær gætu litið út hvernig sem væri. Jafnvel eins og typpið á Áka. Það stóð að vísu ekki í bókinni en ég var alveg viss um það samt.

Dóra, litla systir Áka, er með pínulitlar tær. Þær eru svipaðar og vínber í útliti. Sú minnsta var gul. Merkilegt. Hún hefur kannski smitast af ostaboga. Áki ætlaði að smakka til að vera viss, en Dóra slapp.

Við fórum heim til Lindu í bekknum okkar og tókum myndir af tánum hennar. Þær voru fallegar. Allavega níu af hverjum tíu. Miðtáin á vinstri fætinum var hrufluð og marin. Hún sagðist hafa meitt sig á þessari tá í síðustu viku. Við Áki blésum gætilega á hana. Linda fór að flissa. Mig langaði að kyssa á tána en hætti við af því að það gætu leynst bakteríur á henni.

Ég held að ég hafi ekki neinn áhuga á typpum. Meira að segja fóturinn á Lindu er áhugaverðari en typpið á Áka.

Þarf að skrifa þetta lesendabréf áður en það verður of seint.

Ligga ligga lá – litla tá

Hæ aftur!

Nú er stríð. Allir berjast á móti öllum og sá snjallasti vinnur. Þetta er allt kennslukonunni að kenna. Eða skólastjóranum.

Allt saman byrjaði fyrir nokkrum vikum þegar kennslukonan sagði frá vináttukeppninni. Öllum fannst þessi keppni hallærisleg. Það er ekki hægt að keppa í vináttu.

Á mánudaginn spurði kennslukonan hvernig okkur hefði gengið að safna vinum. Allur bekkurinn þjáðist af skyndilegu minnisleysi. Enginn mundi eftir því að við áttum að safna vináttustigum.

Kennslukonan varð fúl og sagði að það væri ekki góður andi í bekknum. Áki sagðist hafa selt góða andann sinn einhverjum gaur niðri í bæ. Allir fóru að hlæja.

Þá sagði kennslukonan okkur frá því ótrúlegasta af öllu: Sá sem vinnur vináttukeppnina fær óvenjuleg og flott verðlaun. Bekkurinn hætti að hlæja.

– Hvað? æpti Sleggi. Af hverju varstu ekki búin að segja að það væru verðlaun?

– Ég vissi ekki að það skipti svona miklu máli, svaraði kennslukonan.

Auðvitað skiptir það máli! Nú breyttist allt í einu allt. Allir vildu skyndilega fá að vita hvernig ætti að safna vináttu. Kennslukonan sagði að það væri hægt að gera á ýmsan hátt. Við gætum t.d. prófað að allir skrifuðu nafnið sitt á miða og gæfi þeim sem maður vildi eiga að vini. Sá sem fær flesta miða vinnur.

Það var eins og ýtt hefði verið á kjarnorkuhnappinn. Stríðið var hafið. Við Áki flýttum okkur að skiptast á miðum. Svo spurði ég Litla-Eirík hvort hann vildi gefa mér sinn vináttumiða. Hann sagði nei af því að hann var búinn að lofa Áka sínum miða. Þetta fannst mér illa gert af Litla-Eiríki og Áka. Svona vinir eru ekki mikils virði. Ég spurði Þorleif hvort hann vildi skiptast á vináttumiðum við mig en hann var þegar búinn að gefa Lindu sinn miða.

– Stelpu? sagði ég reiður. Ertu svikari við strákaklíkuna?

– Ég er enginn svikari, sagði Þorleifur illilega. Ég vel mína vini sjálfur og þú ert ekki góður vinur.

– Skíttu þá á þig, sagði ég og ýtti við honum.
Þorleifur ýtti við mér á móti og þá barði ég hann í handlegginn.

– Kvikindið þitt! sagði Þorleifur. Þetta er flautuhandleggurinn minn.

Þá kom Sleggi hlaupandi og öskraði:

– Ég á að fá verðlaunin! Það er ég sem er bestur!

Nú kom Áki og sagði að Litli-Eiríkur væri óþokki. Honum fannst að við ættum að myrða Litla-Eirík. Ég spurði hvers vegna.

– Af því að hann var búinn að lofa mér vináttumiðanum sínum en lét svo Sleggja fá hann.

– Sleggja? Eru þeir nú orðnir vinir?

– Sleggi er búinn að hóta því að keyra alla niður á rúntarabílnum hans pabba síns, sem ekki gefa honum vináttumiðann sinn.

– Þetta er óréttlátt, sagði ég.

– Við förum til kennslukonunnar, sagði Áki.

Við fórum til hennar, til að útskýra allt óréttlætið, en hún hafði ekki tíma til að tala við okkur af því að hún var að drekka kaffi inni á kennarastofu. Áki varð óður og hótaði að strika hana út af vinalistanum sínum ef hún gerði ekki skyldu sína sem kennari. Þá kom skólastjórinn fram og sagði að við ættum að safna vináttustigum en ekki vera að rífast.

– Halló! sagði Áki. Ertu veruleikafirrtur? Sérðu

ekki að það erum ekki við sem erum að rífast, heldur allir hinir?

Skólastjórinn hló bara og lokaði dyrunum. Alveg dæmigert. Við fórum aftur fram á gang og þar var Þorleifur að slást við Lindu, Aseem að slást við Glenn, Litli-Eiríkur að slást við Söru í fjórða bekk og Sleggi að slást við alla. Fjórir kennarar komu hlaupandi út úr kennarastofunni og stöðvuðu slagsmálin.

Eftir skóla vorum við öll látin sitja eftir og teikna fallegar myndir. Við áttum að sýna myndirnar á sérstakri vináttusýningu á bókasafninu á degi Sameinuðu þjóðanna. Sá dagur er víst í dag.

Því miður settu foreldrar alla í bekknum í útivistarbann eftir öll slagsmálin þannig að enginn kemst til að skoða sýninguna. Ég vona að einhverjar af myndunum verði sýndar í sjónvarpinu. Vonandi mín teikning. Ég teiknaði grænt engi þar sem fólk er að slást í einum stórum haug. Myndin heitir: *Vináttukeppnin í Bakkaskóla*.

Ég ætti að fá friðarverðlaun Nóbels fyrir þessa mynd.

Lemja og slá – flott að sjá

Góða nótt allt mannkyn!

Nú hefst myrkurtíminn. Sumarið er búið, öll trén missa af sér laufið og snjórinn getur komið hvenær sem er.

Úff!

Í dag er ég ljóðrænn. Ég er góður að ríma. Til dæmis svona góður:

Ég er sársvangur
en ekki ástfangur
Bara agnarögn
sem er nafnorð en ekki sögn
Ég heiti Bert
Það rímar við kert-
-i en ekki við skólanna
Ég hlakka til jólanna

Við Áki erum búnir að ákveða að græða peninga

á að syngja jólalög í ár. Við sáum í sjónvarpinu að í Ameríku er hægt að græða milljónir á því. Þá ætti að minnsta kosti að vera hægt að græða nokkur hundruð þúsund hér. Áka finnst að við eigum að syngja um fátækt í Afríku.

– Það kemur fólki til að fá samviskubit, segir hann. Við getum grætt á því.

Í kvöld ætlum við að gera tilraun á pabba hans Áka. Ef hann gefur okkur nokkra fimmþúsundkalla vitum við að við erum á réttri leið.

Ég skil ekki af hverju verið er að breyta klukkunni á sumrin. Ég hef grun um að það standi í einhverju sambandi við pólitík og fjárkúgun en ég skil bara ekki hvernig. Ég þarf að komast að þessu og kæra svo ríkisstjórnina eða eitthvað.

Mamma er alltaf að tuða um að ég eigi að láta klippa mig. Ég segi henni að það komi ekki að neinu haldi. Ég ætla ekki að taka betur til í herberginu mínu þótt ég sé kominn með fína tískudúkkuklippingu.

Ég er að velta fyrir mér að fá frekar hárlengingu. Þá gæti ég litið út eins og rokkararnir í gamla daga. Ég hef séð gamla mynd af rokkurum sem voru með svo sítt hár að maður gæti haldið að þeir væru klæddir í loðfeld. Flott. Þá verður manni heldur ekki kalt á eyrunum.

Það er búið að skipta um nafn á vináttukeppninni í bekknum. Hún heitir núna „Kalda stríðið". Enginn vill segja neinum hverjum hann hafi gefið vináttustigin sín. Allir horfa fullir grundsemda á alla aðra. Mér hefur tekist að safna sex stigum. Ég held að það dugi ekki til að vinna en það gæti dugað fyrir strætómiða á verðlaunaathöfnina.

Ég er góður í að segja brandara. Hér er einn góður:

Kennslukonan skrifar á töfluna: „Mér fannst ekki gaman á sumarfríið mitt." Svo spyr hún nemendur: „Hvað er það sem er ekki í lagi og hvernig á að laga það?" Þá æpir Litli-Eiríkur aftast í stofunni: „Fáðu þér kærasta!"

Brandarakóngurinn Bert Ljung, með leyfi til að hlæja. Það getur verið sniðugt að nota Litla-Eirík. Eins og í þessum brandara. Hann væri ekki nærri því eins fyndinn ef það væri Lovísa eða Habid, sem kallaði svarið.

Brjóstin á Lovísu eru að verða nokkuð stór. Áhugavert.

Á miðvikudaginn byrjar nýr nemandi í bekknum. Strákarnir vona að það sé góður strákur, hæfilega ljótur og góður í fótbolta. Eða falleg stelpa, helst alvöru kynbomba.

Stelpurnar vona að það sé sætur strákur. Flottur og góður í fótbolta. Mér líður illa þegar stelpurnar tala svona. Það er eins og við, strákarnir í bekknum, séum ekki nógu góðir.

Bless og bæ – engan miða fæ

Hæ, allir vesalings fátæklingar!

Ég fékk hræðilega martröð. Því miður var ég ekki sofandi. Ég var vakandi allan tímann.

Eiginlega er þetta allt saman mömmu að kenna. Ég veit ekki hvers vegna en það er gott að geta kennt einhverjum um.

Þetta byrjaði allt í sumar. Þá eyðilagði ég óvart bestu skóna mína. Ég var að hlaupa og það kom stórt gat á annan hælinn. Mamma sagði mér að kaupa nýja skó. En ég hef þráast við og haldið því fram að ég þurfi enga nýja skó. Maður fleygir ekki bara uppáhaldsskónum sínum upp úr þurru.

Í síðustu viku var mamma búin að fá nóg. Hún hótaði því að ef ég færi ekki og keypti mér skó ætlaði hún að gera það sjálf. Það fór hrollur um mig og ég fékk gæsahúð út um allt. Ef mamma færi og keypti skó á mig væri ég dauðadæmdur. Hún myndi örugglega velja ljótustu horrorskó sem til væru. Sennilega með bleikum blómum eða kannski litlum kettlingum. Ég valdi samningaviðræður og lofaði að kaupa skóna sjálfur.

– Allt í lagi. Við förum þá saman á laugardaginn og kaupum skó.

– Aldrei í lífinu! Heldurðu að ég vilji fara í bæinn með gamalli kerlingu? Ég liti út eins og aumingi. Og ef einhver skyldi sjá mig!

– Já, hvað með það?

– Ég yrði kallaður „mömmustrákur" upp í gegnum alla unglingadeildina.

Mömmu fannst „mömmustrákur" alveg rosalega sætt og krúttlegt viðurnefni. Ég fékk geðveikislegt brjálæðiskast og sparkaði í hurð. Þá linaðist mamma og sagði að ég gæti farið sjálfur. Hún lét mig hafa 3.000 krónur og ég varð að lofa að kaupa nýja og flotta skó. Svo hringdi ég í Áka og spurði hvort hann vildi koma með mér. Hann var til í það.

Við tókum strætó niður í bæ á laugardagsmorguninn. Það kostaði hundraðkall. Við fórum út á Neptúnusartorgi. Áki sagði að það væru komnir nýir og flottir leikir í Tölvuleikjabúðina. Við þurftum auðvitað að skoða þá aðeins.

Tölvuleikjabúðin er rosalega fínn staður. Þar er hægt að spila tölvuleiki í spilakössum alveg ókeypis. Við strákarnir förum þangað eins oft og við getum til að prófa nýja leiki. Núna var búðin nærri tóm þannig að við komumst strax að. Fyrsti leikurinn sem við prófuðum hét Green Company. Við héldum að það hlyti að vera stríðsleikur með grænklæddum hermönnum. En þetta var enginn stríðsleikur. Maður átti að skipuleggja sem allra fallegastan trjágarð.

Við spiluðum bara eitt borð og þegar villtir maurar og morðingjasniglar réðust inn í garðinn hans Áka fór hann í fýlu og gafst upp. Mér tókst að láta eina plöntu vaxa í mínum garði. Ég var hæstánægður – þangað til ég komst að raun um að plantan var einhvers konar illgresi sem gaf ekki eitt einasta stig. Þvert á móti. Við töpuðum báðir.

Ég er ekki hrifinn af svona óraunverulegum leikjum. Þá vil ég heldur spila Space Trade. Í þeim leik flýgur maður um geiminn í geimskipinu sínu og getur keypt og selt ýmsa hluti frá mörgum reikistjörnum. Áka tókst að selja Marsbúa sand af tunglinu. Ég skil ekki hvernig hann fór að því. Ég held að hann hljóti að hafa búið sér til orkuskjöld úr efni frá Síríusi. Það hlýtur að hafa verið eitthvað þannig. Það er ekki auðvelt að plata Marsbúa.

Síðast prófuðum við svo nýja leikinn sem Áki hafði verið að segja mér frá. Hann heitir Demolition Plan og gengur út á að leggja sem flest lönd í rúst á sem stystum tíma. Það er mikilvægt að gera sér grein fyrir veikustu hliðunum í vörnum einstakra ríkja.

Eftir 20 mínútur var Áki kominn með stórmennskubrjálæði. Hann fær það stundum. Nú fór hann að öskra eins og versti einræðisherra og harðstjóri. Hann sagði öllum jarðarbúum stríð á hendur.

– Jörðin skal deyja! æpti Áki.

– Ekki svona hátt, sagði ég.

– Jú, það á að heyrast hátt þegar jörðin springur í tætlur og verður að engu. Hermenn! Snúið við! Staðar nem!!!

Maður, sem stóð bak við afgreiðsluborðið, horfði útundan sér á Áka og virtist vera orðinn pirraður.

Áki gekk hermannagang fram og aftur um búðina og hótaði þriðju heimsstyrjöldinni. Hann æpti og öskraði og sagðist ætla að tortíma öllum fjandans fíflum sem ekki hylltu Áka kóng. Nú var maðurinn við afgreiðsluborðið orðinn mjög pirraður.

– Heyrðu! kallaði hann. Nú skaltu róa þig aðeins. Annars ferðu út.

– Ha?

Áki starði á hann með brjálæðisglampa í augunum.

– Ef þú getur ekki verið til friðs skaltu hypja þig út.

– Þú ert efstur á dauðalistanum, öskraði Áki

og gekk aftur að tölvunni. Opnaðu leikinn – nú verður drepið! æpti hann.

– Ég lokaði fyrir þennan leik, sagði maðurinn. Þú verður að róa þig aðeins ef þú ætlar að fá að spila meira.

– Hvað? Neitarðu að hlýða skipunum?

Ég var orðinn órólegur. Áki fattaði ekki að afgreiðslumaðurinn gæti farið að fleygja honum út. Ég tók í handlegginn á honum og reyndi að róa hann aðeins. En þá leit hann bara á mig með brjálæðisglampa í augunum og hrópaði:

– Og þú líka Hrútus! Ætlar þú að gera stjórnarbyltingu? Ekki meðan ég lifi! Áfram hakk!

– Áfram gakk, segir maður, sagði ég.

– Hvað? Neitar þú? Þú ferð í fangelsi upp á vatn og dauð.

– Vatn og brauð, áttu við?

Nú trylltist Áki alveg. Hann sparkaði í spilakassann, svo fast að það kom stór og ljót sprunga í plastið.

– Nei, nú er nóg komið. Fjandinn hafi það, sagði maðurinn og greip í Áka.

Hann hristi Áka svo harkalega að hann vaknaði upp úr æðiskastinu.

– Hvað? Hvað gerðist?

– Þú sparkaðir sundur plasthlífina. Þú verður að borga hana. Annars hringi ég á lögregluna. Skilurðu það?

Áki skildi. Hann var næstum farinn að vola.

– En ég á enga peninga, skrækti hann. Mamma er dáin og pabbi lifir á atvinnuleysisbótum.

Hann kreisti fram tár úr augnakrókunum.

Ég skildi alvöru málsins og borgaði fyrir Áka. Þar fór þrjúþúsundkallinn fyrir nýju skónum.

Maðurinn tók við peningunum og fleygði okkur Áka svo út. Hann sagði að við værum ekki velkomnir hingað aftur.

Áki sneri sér við og rak löngutöng upp í loftið í áttina að honum. Sem betur fór var hann búinn að snúa sér við og sá það ekki. Annars hefðum við þurft að bjarga lífinu með fótunum.

– Fífl, tautaði ég. Nú á ég enga peninga til að kaupa skó.

– Iss, það er ekkert mál, sagði Áki. Ég redda skóm handa þér. Ég get alveg búið þá til sjálfur. Það er einfalt. Maður þarf bara smávegis plast, leður og lím. Ég er alltaf að þessu.

Við þurftum að labba alla leið heim til Áka. Við áttum nefnilega ekki fyrir strætó. Á leiðinni sáum við fjóra notaða smokka sem hafði verið fleygt á götuna. Hvaða fólk skyldi hafa verið að ríða úti á miðri götu? Skyldi þetta kannski vera ný tíska sem einhver hefur fundið upp?

Við Áki fórum að rökræða um þetta orð. Þetta er mjög merkilegt orð. Maður fær ekki að nota það þegar fullorðnir heyra. Þá á maður að segja „elskast". En ég held að það þýði nokkurn veginn það sama. Áki heldur að maður fái skegg þegar maður er búinn að ríða. Það gerist eitthvað í hormónastarfsemi líkamans þegar maður er búinn að lifa kynlífi með stelpu. Ég held að ég bíði með að ríða þangað til ég er orðinn aðeins eldri. Ekki vildi ég mæta með alskegg í skólann einn góðan veðurdag. Þá kæmist upp um mig.

Þegar við komum heim til Áka fór hann strax að gera nýju skóna mína. Hann setti saman alls konar búta úr leðri og plasti sem hann fann í herberginu sínu. Annar skórinn varð allur rauður á litinn en hinn blá- og hvítflekkóttur.

Til að vera viss um að skórnir pössuðu, límdi Áki alla bútana beint á fótinn. Og þeir pössuðu líka alveg. En þegar ég ætlaði svo að fara úr skónum á eftir þá rifnaði annar skórinn og svo festist líka mikið lím á sokkunum. Við urðum að klippa sokkana sundur til að losa fæturna á mér.

– Þú verður að redda þessu. Annars myrðir mamma þig, sagði ég ógnandi.

– Ekkert mál, sagði Áki. Ég hef aðra hugmynd.

Áki dró fram gamla skó sem hann átti. Þeir voru brúnir af drullu. Hann rétti mér þá.

– Þú getur sagt að þú hafir keypt þessa.

– Ertu klikkaður? Þeir eru auðsjáanlega eldgamlir.

– Já. En þú getur sagt að það sé einmitt í tísku núna.

Ég skildi hugmyndina. Hún var alfullkomin. Ég þurfti bara að segja að núna væri í tísku að smyrja skóna með brúnni drullu og allir vildu eiga þannig skó. Ég hefði verið alveg rosalega heppinn að fá síðustu skóna í búðinni.

Þegar ég kom heim starði mamma á brúnu skóna.

– Hvar eru nýju skórnir?

– Ha? Þetta eru þeir.

– Þetta gamla ógeð eru ekki nýir skór.

– Jú, víst! Þetta eru nýju Click Orson-skórnir mínir. Nýjasta merkið. Rosalega kúl. Flottir, finnst þér það ekki?

Mamma horfði á mig grunsemdaraugum.

– Jæja, og nýir skór frá Click Orson eru sem sagt með göt á sólunum?

Mamma benti á gömlu skóna hans Áka og vakti athygli mína á gatinu með því að pota fingri í gegnum það.

– Já. Það er sko svo mikilvægt að loft komist að fætinum.

– Það er einmitt það. Og svo er líka innbyggð táfýla?

Það hafði komist upp um mig. Það er engin leið að ljúga sig frá táfýlunni hans Áka. Ég fylltist örvæntingu. En svo tókst mér að pressa fram tár.

– En Bert þó! Hvað kom eiginlega fyrir? spurði mamma.

– Ég var píndur, sagði ég og snökti dálítið.

– Píndur? Hver píndi þig?

– Strákurinn.

– Hvaða strákur?

– Bardaga-Bertil.

– Bardaga-Bertil? Hver er það?

– Það er strákur í unglingadeildinni. Hann stal öllum peningunum og hótaði að drepa mig með eiturlyfjum ef ég kjaftaði.

Ég snökti svolítið meira til að sanna að ég væri að segja satt. Mamma varð öskureið og hringdi í deildarstjóra unglingadeildarinnar. Hún talaði lengi í símann.

Herra hátignarlegi Guð. Ekki láta Bardaga-Bertil vera til í raun og veru. Ef hann er til þá er hann í svakalega vondum málum.

Og fyrst þú ert nú farinn að redda fyrir mig á annað borð, ertu þá ekki til í að redda smávegis peningum handa mömmu? Hún er drullufúl yfir þessum peningum.

Og ef ég mætti kannski ónáða þig bara smá pínu í viðbót þá gætirðu kannski í leiðinni reddað stelpu handa mér. Finndu einhverja sem er mjög sæt og til í sleik. Ég þarf nefnilega að æfa mig dálítið áður en ég læt mér vaxa skegg.

Amen og þakka – Jesús í frakka

PS: Nú veit ég af hverju þú ert með svona mikið skegg, ríðingakall, ha ha ha.

Ath. Þetta var bara djók. Ekki drepa mig með eldingu.

Hæ, allir vinir!

Þetta er ég aftur. Bert. Ég er einmana. Ég á enga vini lengur. Allt kennslukonunni að kenna. Það var hún sem startaði keppni í vináttu í bekknum fyrir nokkrum vikum. Eftir það urðu allir óvinir.

Það er búið að halda þrjá neyðarfundi í skólanum þar sem allir hafa mátt segja það sem þeir vildu um ástandið. Enginn vill gefa eftir. Lok lok og læs og allt í stáli. Tímabundið vopnahlé getur orðið að engu í frímínútum hvenær sem er. Allir eru reiðir og tilbúnir að slást. Vináttumiðarnir, sem kennslukonan stakk upp á, eru nú meira virði en peningar. Í öllum frímínútum eru samningaviðræður inni á strákaklósetti um verð fyrir vináttumiða.

Sleggi er orðinn mafíuforingi. Hann er búinn að prenta út sérstaka vináttumiða sem hann selur dýrt inni á klósetti. Ég keypti einn miða af honum fyrir 150 krónur. Á honum stendur Tilli Kúksson. Tilli Kúksson er ekki til en vináttumiðinn hans Tilla Kúkssonar gæti samt orðið mikils virði þegar vináttukeppninni lýkur. Sá sem á flesta miða vinnur flott verðlaun og fær að fara til Stokkhólms. Sennilega vinnur Sleggi. Hann á meira en þúsund miða. Á mörgum stendur að vísu bara Blablabla Fjáradóttir eða Doktor Djöfsi og þess háttar. Ég vona að hann verði dæmdur úr keppninni.

Það er komin ný stelpa í bekkinn. Hún heitir Arijana. Upphaflega kom hún frá Serbíu en áður en hún flutti hingað átti hún heima í Skrantvallahverfinu. Það er þar sem allt hættulega fólkið býr. Slagsmálahundar og eiturlyfjaneytendur og þess háttar fólk. Að sumu leyti var gott að hún skyldi vera stelpa. Strákur úr Skrantvallahverfinu hefði getað verið hættulegur. En því miður þýddi þetta líka að við strákarnir erum orðnir í minnihluta í bekknum. Alveg dæmigert.

Áki sagði að Arijana liti út eins og strákur og ætti þess vegna að teljast hvorugkyns. Enginn samþykkti það en Sleggi hló svo mikið að honum varð illt í maganum. Þá reiddist hann við Áka og lamdi hann í handlegginn fyrir að láta sér verða illt í maganum.

Arijana er nokkuð falleg. Hún er með dökkt

hár. Ég hef alltaf verið hrifinn af stelpum með dökkt hár. Ég talaði aðeins við hana.

– Jæja, sagði ég.

– Kveiktu í þér, sagði hún.

– Áttu eld? spurði ég.

– Éttu skít, sagði hún.

– Fæ ég tómat og sinnep með? spurði ég.

Svo slitum við samtalinu. Ég held að hún sé dálítið skotin í mér.

Af hverju er svona dimmt í nóvember? Er það til að maður sjái ekki bólurnar sem allir fá þá á andlitið? Ég er kominn með þrjár nýjar bólur. Tvær er ég búinn að skíra. Önnur heitir Lárus en hin Anna. Sú þriðja fær kannski að heita Arijana. Anna er gulust. Lárus er reyndar að hverfa og verða að lítilli ójöfnu.

Það verður stærðfræðipróf einhvern tímann á næstunni. Það verður gaman. Ég er rosalega klár í stærðfræði. Ég get skrifað upp allar mögulegar tölur. Ef ég skrifa einhverja tölu vitlaust kenni ég taugaveiklun um eða kannski erfiðum heimilisaðstæðum.

Erfiðu heimilisaðstæðurnar heita fullu nafni Pabbi. Hann er vonlaus í stærðfræði. Hann gleymdi meira að segja aldri mömmu og óskaði henni til hamingju með 42 ára afmælið en hún var bara 41. Mamma varð súr í framan eins og

sítróna og fór að horfa á eitthvað í sjónvarpinu. Hún talaði ekki við pabba í marga klukkutíma. Á endanum keypti pabbi sér fyrirgefningu með því að bjóða henni út á dýran veitingastað. Það virðist vera erfitt að vera fullorðinn. Og dýrt.

Áki hringdi áðan og talaði eins og hann væri frá Gautaborg. Ég heyrði strax að þetta var hann.

– Er Margrét heima? spurði hann.

– Láttu ekki eins og asni, Áki, sagði ég.

– Þetta áttu ekki að segja, sagði Áki. Ég heiti nefnilega Gunnar.

– Hættu þessu rugli, Áki, sagði ég.

Það varð þögn í símanum. Svo sagði Áki að ég væri lélegur vinur og ég sagði „Takk sömuleiðis".

Þorskur og ýsa – falleg skvísa

Hæ allir saman – bæði herra og gamla kerling

Þetta rímar reyndar ekki en það er ekki mér að kenna. Ég ætlaði að skrifa herra og dama en ég var svo lengi að skrifa herra að þegar ég var búinn að því var daman orðin að gamalli kerlingu.

Ég á reyndar einn góðan vin sem er gömul kerling. Hún heitir Svea og er amma mín. Miðað við að vera álíka gömul og útdauð risaeðla er hún alveg ágæt. Þegar hún var ung var hún mjög hrifin af strákum. Nú elskar hún bara Jesús. Hún trúir rosalega mikið á Guð og svoleiðis.

Einu hef ég verið að velta fyrir mér. Af hverju heitir það „að trúa á Guð"? Er maður þá sem sagt ekki alveg viss? Kannski er hann til og kannski ekki. Maður heldur sem sagt að hann sé til. Ég ætla að fara að segja það um ýmislegt fleira.

– Ertu búinn að læra, Bert?
– Já, ég trúi því.
Eða:
– Heitir þú Bert?
– Já, því trúi ég alveg.
Eða:
– Ertu strákur, Bert?
– Já, ég trúi því.

Ég trúi á Guð. Ef hann er ekki til hljóta allar myndirnar í bókunum að vera af einhverjum öðrum. Skyldu ekki allir verða hissa ef það kæmist allt í einu upp að myndirnar í Biblíunni og öllum hinum bókunum væru af einhverjum allt öðrum kalli. Kannski einhverjum sem vinnur við að tæma ruslatunnur. Ég sé alveg fyrir mér fyrirsagnirnar í blöðunum:

Fréttaviðtal aldarinnar: „Það er ég sem er Guð."

Línus Baldursson, 48 ára sorphirðumaður í Sundsvall, segir sannleikann um allar trúarbækur í alheiminum.

Amma segir að maður megi ekki gera grín að svona hlutum. Reiði Guðs á maður að óttast. En ég held ekki að Guð sé neinn skúrkur eða illmenni, frekar svona sanngjarn félagi. Það heldur amma ekki. Hún er alveg viss um að Guð sé skapari jarðarinnar og dómari líka.

– Dómari? Verður hann þá kannski að dæma í enska boltanum um helgina?

– Ekki leggja nafn Drottins við hégóma, segir amma.

– Nei, bara spégóma, segi ég.

Amma bakar góðar súkkulaðibollur. Hún getur átt til að setja næstum hvað sem er út í deigið. Einu sinni langaði mig að vita hvernig kartöfluflögur yrðu á bragðið í súkkulaðibollum. Amma prófaði það fyrir mig. Það hefði mamma aldrei þorað. Mamma er alveg kjarklaus við að prófa nýjar mataruppskriftir og þess háttar.

Uppi á háaloftinu hjá ömmu er ýmislegt skemmtilegt. Þar er til dæmis gömul ritvél með rússneskum bókstöfum.

Ég spurði ömmu hvar hún hefði fengið þessa ritvél en því gat hún ekki svarað. Hún hélt að afi hefði kannski keypt hana einhvern tíma á uppboði. Ég held að móðurafi minn hafi verið rússneskur njósnari. Það er meira spennandi.

Pabbi föðurafa míns var Rússi. En hann var enginn njósnari – vona ég. Ef hann hefur verið njósnari er ég njósnari að einum áttunda.

Í dag spurði ég ömmu hver það væri sem hún væri hrifnust í öllum heiminum. Ég átti von á að hún myndi segja Jesús en hún sagði: „Julio Iglesias".

Þá varð vandræðaleg þögn en svo hlógum við í hálftíma. Þegar við vorum hætt að hlæja fórum við að spila póker. Ég vann 4-2.

Bless með stæl – Jesúvæl

Hæ allir dansandi brjálæðingar!

Nú ætla ég að segja frá ævintýri sem gerðist í gær í Jungbergsskóla. Þar var diskó en við sem erum í Bakkaskóla fengum ekki að koma inn. Við vildum samt ekki missa af partíinu.

Við fórum sem sagt, hópur af strákum, til að sýna að við værum töff og kjarkmiklir. Það eru margar fallegar stelpur í Jungbergsskóla en ekki jafnmargir flottir strákar. Ég held að stelpurnar hafi viljað að við kæmum til að sjarma þær. Þeirra eigin strákar eru aðallega nördar og íþróttafrík.

Til að halda kvöldið hátíðlegt var Áki búinn að setja á sig hatt og einglyrni. Hann talaði með frönskum hreim allt kvöldið.

Þetta voru ég, Áki, Litli-Eiríkur, Þorleifur, Bjössi, Nikki og Habid. Habid er ekki í okkar bekk en hann fær samt að vera í klíkunni.

Fyrst þóttumst við bara vera venjulegir nördar

í Jungbergsskóla. Við gengum beint til dyravarðarins og sögðumst vera komnir á diskóið.

– Jæja, já. Þið verðið þá að skipta um skóla fyrst. Þetta er bara fyrir sjöunda bekk í Jungbergsskóla.

– En við erum í sjöunda bekk í Jungbergsskóla, sagði Bjössi.

– Nú er það? sagði dyravörðurinn og hló. Hvaða bekk?

– Eee... Bert. Í hvaða bekk erum við?

– Sjöunda BB, svaraði ég strax.

– Er það já? sagði dyravörðurinn og skellihló. Ég veit ekki til að það séu nema þrjár bekkjardeildir í sjöunda bekk.

– Jú, svaraði ég. Við erum í sérdeild, BB, bráðgáfaða bekknum.

– Jæja, svaraði dyravörðurinn og var að verða þreyttur á okkur. Þið megið standa úti og láta ykkur langa inn.

– Ég er Adrian, sonur forstjórans, sagði Áki með franska hreimnum sínum.

Hann tók niður hattinn og hneigði sig herramannslega til að sýna að hann væri ríkur auðmannssonur.

– Við óskum þess að fá inngöngu í þennan hátíðasal danslistarinnar.

– Því miður. Þú ert skemmtilegur en það dugar bara ekki, sagði dyravörðurinn og glotti að Áka.

– Ég mun sjálfur í eigin persónu svipta yður fjárveitingum, sagði Áki og sveiflaði hattinum tiginmannlega undir nefinu á dyraverðinum.

Dyravörðurinn var næstum dáinn úr hlátri. Við gáfumst upp á að reyna að komast inn en tókum okkur stöðu bak við horn og fórum að stríða þeim sem voru að koma á diskóið, bæði þeim ljótu og þeim fallegu. Þeir ljótu voru strákarnir og þær fallegu voru stelpurnar.

Ein stelpan var dökkhærð og sæt eins og sykur. Önnur var ljóshærð og sæt eins og súkkulaði. Sú þriðja var stutthærð og sæt eins og vínber.

Ég fékk vatn í munninn af tilhugsuninni um öll þessi sætindi. Þá kom stelpa og spurði hvort ég ætti tyggjó.

– Slllss, svaraði ég.

– Ha?

– Sllsloo, sagði ég.

– Ertu fáviti?

Ég hristi hausinn og benti á munninn á mér sem var fullur af munnvatni eftir öll sætindin sem ég hafði verið að hugsa um. Lítill dropi rann út um annað munnvikið. Ég gat ekki einu sinni útskýrt það.

Stelpan hvarf inn á diskóið og ég sló á handlegginn á sjálfum mér og bölvaði óheppninni sem elti mig á röndum eins og venjulega.

Nú kom stór hópur á reiðhjólum. Stórir strákar.

Að minnsta kosti þrem eða fjórum sentimetrum hærri en við.

– Burt með ykkur sagði Bjössi karlmannlega. Þetta er okkar svæði.

– Heyrðu sveinki, sagði einn strákurinn og horfði illilega á Bjössa. Ert þú einhver bulla?

– Heyrðir þú þetta, Bjössi? sagði Áki. Hann kallaði þig Svein. Ætlarðu að þola það?

Bjössi sagði Áka að þriðja nafnið hans væri Sveinn.

Nýi hópurinn var úr Skrantvallaskóla og þessir strákar virtust tilbúnir að fara að kasta hnífum af minnsta tilefni.

– Hverjir eruð þið? spurði strákur sem var að minnsta kosti 30 sentimetrum lengri en við.

– Við erum Bakkaboys, svaraði ég.

Einn af Skrantvallastrákunum fór að hlæja.

– Kanntu annan betri? Þið eruð bara aumir homoboys, er það ekki?

– Þetta heyrði ég, æpti Bjössi. Komdu hérna svo ég geti kýlt hausinn á þér niður í maga.

– Sjálfsagt, pússý litla, sagði strákurinn og steig fram til að slást við Bjössa.

Þá kom einn vörðurinn. Hann öskraði á okkur að við skyldum koma okkur í burtu áður en hann gerði nokkuð sem hann þyrfti að sjá eftir. Enginn kærði sig um að vita hvað það gæti verið.

Hvað átti vörðurinn við? Hvað var hann að

hugsa um að gera sem hann reiknaði með að þurfa að sjá eftir? Kannski að standa á haus og halda þremur kettlingum á lofti? Eða herma eftir hundinum sínum? Eða kannski setja nærbuxurnar á hausinn í staðinn fyrir húfu? Ég skil vel að hann myndi sjá eftir því.

En við komumst aldrei að því hvað þetta var, því við forðuðum okkur burt. Það gerðu Skrantvallastrákarnir líka. Sá stærsti kallaði á eftir okkur að við mættum koma og heilsa upp á þá í Skrantvallahverfinu ef við vildum verða steiktir í olíu. Litli-Eiríkur var nærri búinn að pissa á sig af hræðslu. En ekki ég. Ég vissi vel að strákurinn var bara að þykjast og reyna að gera sig mannalegan. Auk þess er svo mikil steikingarolía rosalega dýr.

Habid var reiður við Skrantvallastrákana. Hann öskraði á eftir þeim og sýndi þeim fingurinn.

– Fjandans rasistar! kallaði hann.

– Fyrirgefðu, sagði Þorleifur gætilega. Meira en helmingurinn af þessum strákum var dökkur á hörund. Er þá ekki nokkuð gróft að kalla þá rasista?

– Þér líkar ekki við mig, er það? sagði Habid. Er það vegna þess að ég er svartur?

– Svartur? sagði ég. Þú ert ekki svartur. Þú ert fölari en rassinn á Áka.

– Iss, þið kunnið ekki að taka neinu gríni, sagði Habid og hjólaði heim.

Við hinir urðum eftir og fórum að tala um enska boltann. Við Bjössi höldum að Chelsea vinni titilinn í ár. Áki sagðist trúa á Wolverhamton og Litli-Eiríkur nefndi AIK.

– AIK er í Svíþjóð, sagði Bjössi. Það félag er ekki í ensku úrvalsdeildinni.

– En Helsingborg þá?

– Hafið mig afsakaðan, sagði Þorleifur, en mér finnst fótbolti vera villimannsleg íþrótt sem hefur engan annan tilgang en að viðhalda frumstæðum lifnaðarháttum Neanderdalsmanna.

Við hinir störðum á Þorleif góða stund. Svo fórum við að hoppa í kringum hann eins og Neanderdalsmenn og góla eins og brjálæðingar.

Einhver kona opnaði glugga og sagði okkur að þegja. Sumt fólk kann ekki að taka neinu gríni.

Ég er að velta fyrir mér um hvað stelpur hugsi. Skyldu þær bara hugsa um hesta og andlitsfarða og myndarlega kvikmyndaleikara? Skyldu þær aldrei hugsa um neina vesalings stráka á sama aldri og þær – stráka með gleraugu og strítt hár sem stendur út í loftið? Hvers vegna? Af hverju eru þær svona illgjarnar?

Ég hugsa reyndar ekki svo oft um stelpur.

En ég er góður að ljúga.

Adios, adios – blíðlegt bros

Hæ, allir glaðir og kátir!

Það kemur sér vel að vera skemmtilegur. Ég gerði tilraun með það í síðustu viku þegar við Áki ákváðum að gerast uppistandsgrínarar. Til frekara öryggis æfðum við okkur fyrst á pabba hans. Hann sofnaði eftir þriðja brandarann. Þvílíkur svikari.

Áki var með einn aðalbrandara sem honum fannst fyndinn. Það var endalaus saga af Bellman. Áki er hrifinn af slíkum sögum. En hann er aleinn um það í öllum alheiminum. Enginn annar hlær.

Við rökræddum um sviðsbúninga í þrjá klukkutíma og komumst að þeirri niðurstöðu að snjallast væri að vera naktir. Þá myndu allir velta því fyrir sér hvar við hefðum fengið svona eðlilega nektarbúninga. Svo ætluðum við að afhjúpa sannleikann og þá færu allir að hlæja.

Við erum að hugsa um að koma fram opinberlega á föstudaginn. Þá er skemmtitími í skólanum. En ef Áki segir endalausu söguna sína verður það leiðindatími í staðinn.

Við Áki erum búnir að finna upp skemmtilegt símaat. Við tökum upp skilaboð á segulbandið mitt þar sem einhver segist hafa áhuga á að kaupa endurnar sem voru auglýstar. Svo hringjum við í eitthvert númer í símaskránni og þegar svarað er í símann spilum við skilaboðin um endurnar. Þá heldur sá sem svarar að einhver í símanum vilji kaupa endur. En við Áki tryllumst af hlátri.

Annað sniðugt símaat er fólgið í því að panta símafund og láta hringja í Útvarpsbúð Andra og Bílatæki Benna. Þá getum við Áki hlustað á hina tvo tala saman.

– Hjá Andra. Hvernig útvarp má bjóða þér?

– Hjá Benna, hvernig bílaútvarp má bjóða þér?

– Ég vil ekkert bílaútvarp.

– Nú? Til hvers hringdirðu þá?

– Ég hringdi ekki. Það varst þú sem hringdir.

Og þannig áfram og áfram. Við Áki köfnum næstum úr hlátri.

Litli-Eiríkur er ekki eins fyndinn. Eini brandarinn sem hann kann er að hnerra framan í einhvern. Það er reyndar mjög fyndið að sjá þegar sá, sem fær hnerrann framan í sig, verður reiður. Reyndar er þetta ekki hor, heldur vatn sem Litli-Eiríkur er með í hendinni og skvettir þegar hann þykist hnerra. En það er alltaf búið að lemja hann áður en hann kemst til að útskýra það.

Svona brandarar eru skemmtilegir fyrir okkur hina en ekki fyrir Litla-Eirík sjálfan. Hann á örugglega heimsmet í fjölda marbletta á líkamanum.

Pabbi er sjóntækjafræðingur. Það er ekki skemmtilegt, nema náttúrlega ef maður á búðina sjálfur. Þá getur maður selt öllum vesalings fátæklingunum gleraugu og orðið milljónamæringur. Því miður á pabbi ekki búðina. Hann vinnur bara þarna. Það er hann sem fægir glerin í gleraugunum. Hann segist bráðum ætla að opna sína eigin búð. Það er hann búinn að segja í sjö ár.

Pabbi hefur ekki séð mikið af heiminum. Þegar hann og félagar hans ætluðu að fara í ferðalag og skoða heiminn varð pabbi veikur og þurfti að fara á sjúkrahús. Það eina sem hann sá voru hitamælar og skeggjaðar hjúkrunarkonur. Hjúkrunarkonur voru nefnilega með skegg í gamla daga. Það hef ég séð í bíómyndum. Það var ekki fyrr en seinna sem hjúkkur urðu fallegar og kynþokkafullar. Ég held að það sé þess vegna sem nú eru svo miklar biðraðir eftir að komast í skurðaðgerð.

Þegar pabbi var ungur spilaði hann í rokkhljómsveit. Hann segir að hljómsveitin hafi verið góð. Það er ekki rétt. Ég hef sjálfur hlustað á sönnunargagnið, tuttugu ára gamla upptöku. Mér heyrðist helst að þeir væru allan tímann að brjóta eitthvað.

Það er mest gaman að horfa á pabba þegar hann lætur sig dreyma og lítur allt í einu út eins og hann væri kominn á aðra reikistjörnu. Hann segir að hann hefði getað orðið rokkstjarna ef hann hefði ekki ákveðið að læra sjóntækjafræði. Sumt fólk tekur rangar ákvarðanir í lífinu.

Skyldi það sjást á manni ef maður er að hugsa um fallegar hjúkkur? Taka aðrir eftir því ef maður er að verða perri?

Takk og bless hnerri – ég er enginn perri

Hæ öll skrímsli, morðingjar og ófreskjur!

Það er undursamlegt kraftaverk að ég skuli vera á lífi. Ég á heima í Heimsmetabók Guinnes sem heppnasti strákur á jarðríki. Hryllilegir og hættulegir atburðir hafa gerst.

Þetta byrjaði þannig að ég var niðri í bæ með Litla-Eiríki. Það var ekki það sem var hryllilegt og hættulegt. Vissulega er Litli-Eiríkur alveg hryllilega ljótur, sérstaklega þegar hann er með nefgrímuna sína, sem hann er alltaf með þegar hann sefur. Þá lítur hann út eins og níræð kerling.

Það hryllilega sem gerðist var allt annað. Við Litli-Eiríkur fórum niður í bæ til að kaupa disk. Á honum er lag sem við ætlum að æfa í hljómsveitinni okkar, Heman Hunters. Lagið heitir Mitt litla land og ég. Þetta er eiginlega barnalag en við ætlum að breyta því í alvöru þungarokk. Það verður örugglega vinsælt.

Þegar við biðum á strætóstöðinni tók Litli-Eiríkur í handlegginn á mér og hvíslaði að mér að verið væri að horfa á okkur.

– Einhver falleg stelpa?

– Nei. Ljótur kall, sagði Litli-Eiríkur. Ekki horfa núna en það stendur kall þarna og hann er þjófur.

– Hvernig veistu það?

– Áki sagði mér það. Þetta er svona kall sem stelur. Sjáðu bara. Hann er með poka með tómum flöskum. Finnst þér þetta ekki óhugnanlegt?

Það fór hrollur um mig.

– Hvernig veistu að hann er að elta okkur?

– Hann starði á veskið mitt þegar ég tók upp fimmtíukall fyrir strætó.

Ég varð óttasleginn. Brjálæðingurinn ætlaði örugglega að ræna okkur. Ég greip í Litla-Eirík og við gengum hægt af stað. Nú gerðist það hryllilega. Hættulegi kallinn elti okkur.

– Shit! Nú deyjum við, pípti í Litla-Eiríki.

En við vorum snjallir og fluttum okkur yfir götuna. Það hryllilega var að kallinn gerði það líka. Mér fannst ég ekki geta andað. Ég fékk gæsahúð og hnút í magann. Við fórum að hlaupa. Kallinn

hljóp ekki á eftir okkur. Hann fór á hjólið sitt og hjólaði í sömu átt og við hlupum. Nú vorum við orðnir dauðhræddir.

Við stukkum upp í strætó sem stóð við Kopartorg. Okkur var borgið. Við Litli-Eiríkur bárum saman gæsahúðina á handleggjunum. Svo hringdum við í Áka og sögðum honum frá öllum hryllingnum. Fyrst trúði hann okkur ekki en ég sannfærði hann með því að láta Litla-Eirík hrína í símann smástund. Þá varð Áka ljóst að við vorum ekki að plata.

En svo uppgötvuðum við næsta hrylling. Við vorum í vitlausum strætó. Við höfðum ætlað heim. En við lentum ekki í okkar hverfi. Við uppgötvuðum hættuna ekki fyrr en of seint. Við vorum komnir í Skrantvallahverfið – þar sem Eyrarskógar enda og heimurinn líka. Þar sem allar ófreskjur og morðingjar eiga heima. Það stendur örugglega í einhverjum lögum að í Skrantvallahverfinu megi myrða alla óboðna gesti hvar sem til þeirra næst. Litli-Eiríkur varð bæði hvítur og grár í framan. Bílstjórinn sagði að við yrðum að fara úr hér vegna þess að þetta væri endastöðin. Við fórum út titrandi og skjálfandi. Allt var hryllilegt.

– Nei! Fjandinn! skrækti Litli-Eiríkur. Nú dey ég. Í alvöru. Ég er ekki að grínast Bert. Lánaðu mér símann. Ég ætla að hringja í mömmu.

Ég rétti honum símann. Litli-Eiríkur hringdi.

– Halló, svaraði mamma hans.

– Halló, þetta er ég, sagði Litli-Eiríkur. Við erum... Halló?

Litli-Eiríkur hristi símann. Hann var steindauður.

– Nei! Þetta er ekki fyndið, Bert! Hættu nú, Bert. Gerðu það.

– Þetta er ekki mér að kenna, sagði ég. Batteríið er tómt.

Það munaði ekki nema tveimur sentimetrum að við færum að vola. Þá heyrðist rödd á bak við okkur.

– Hvað eruð þið að gera hér?

Við snerum okkur við. Þetta var Arijana, nýja stelpan í bekknum.

– Hæ, sagði ég, yfir mig ánægður.

– Hjálp, sagði Litli-Eiríkur hræddur.

– Hvað eruð þið að gera hér?

– Við tókum vitlausan strætó, sagði Litli- Eiríkur og kom upp um allt.

Hann sagði henni frá hryllilega manninum í bænum og hve litlu hefði munað að við yrðum myrtir og hvernig við fórum upp í rangan strætó og enduðum svo hér í hættulegasta hverfi bæjarins.

– Hættulegasta hverfið? sagði Arijana. Skrantvallahverfið?

– Já. Vissir þú ekki að hér búa bara morðingjar og svoleiðis fólk?

Litli-Eiríkur glennti upp augun og starði í kringum sig eins og hann ætti von á að einhver myndi þá og þegar stökkva fram undan stórum runna og hlaupa að honum með stóran hníf.

– Nei. Það vissi ég ekki. Frændi minn á heima hérna. Eigum við að fara inn og spyrja hvort hann sé morðingi?

– He he, hló ég ekki mjög sannfærandi. Við getum kannski fengið lánaðan síma hjá honum til að hringja heim.

Arijana benti á hús örskammt frá.

– Þarna býr frændi minn. Komið þið.

Við Litli-Eiríkur eltum Arijönu inn til frænda hennar.

– Halló! kallaði Arijana. Ég hitti tvo bekkjarfélaga mína hérna fyrir utan. Þeir þurfa að hringja. Er það í lagi?

Nú opnuðust dyr inni í húsinu og þar sat strákur sem við könnuðumst við. Það var stóri strákurinn sem við vorum næstum farnir að slást við fyrir utan Jungbergsskóla. Þegar hann sá okkur Litla-Eirík kipraði hann augun og glotti.

– Jæja, sagði hann. Voruð það ekki þið sem vilduð endilega slást á diskóinu í síðustu viku?

– Nei, svöruðum við Litli-Eiríkur báðir í einu.

Það voru allt aðrir strákar. Þeir líta bara út eins og við.

Þá fór strákurinn að hlæja.

– Þetta er lélegasta afsökun sem ég hef heyrt lengi.

– Hættu nú, Edin, sagði Arijana. Ekki vera alltaf svona erfiður.

– Hvað þá? sagði hann. Ekki er það mér að kenna að þetta skuli vera aðalnördarnir.

Litli-Eiríkur var honum sammála.

– Það er ekki þér að kenna að við skulum bráðum verða dauðir nördar.

Strákurinn hló aftur.

– Iss, láttu ekki svona. Hvað helldurðu eiginlega? Heldurðu að ég ætli að drepa þig eða hvað?

Litli-Eiríkur þorði ekki að svara.

– Hvað ertu að gera? spurði Arijana og linaði mestu spennuna.

– Bara að vafra aðeins á Netinu. Sjáið þið. Ég fann alveg geðveika síðu.

Edin sýndi okkur síðu með geðveikum myndböndum. Á einu sat hundur í stól og ropaði. Þetta var fyndið. Við hlógum. Ég sagðist vita um aðra skemmtilega síðu. Ég fór að tölvunni og sló inn slóðina og þá opnaðist síða með fyndnum teiknimyndum og litlum dýrum sem brjálast ef maður skammar þau.

Edin og Arijana skellihlógu. En Litli-Eiríkur þorði ekki. Hann hló bara mjög gætilega.

Svo fengum við að hringja í pabba og hann lofaði að koma og sækja okkur eftir hálftíma. Við fengum að bíða hjá Edin. Hann var fínn. Hann bauð upp á saft og einhvers konar ávexti sem voru mjög dularfullir í útliti en rosalega góðir á bragðið. Litla-Eiríki svelgdist á og hann hóstaði allt kvöldið.

Ég uppgötvaði nokkuð merkilegt heima hjá Edin. Ég komst að því að Arijana í bekknum okkar er mjög falleg. Ég gæti vel orðið ástfanginn af henni. Ég þyrfti ekki einu sinni að leggja neitt hart að mér til þess.

Þegar pabbi kom að sækja okkur sagði Edin að við værum velkomnir í heimsókn einhvern tíma aftur. Ég sagði að hann væri líka velkominn til okkar ef hann vildi. Ég veit ekki af hverju ég sagði það. Einhvers konar ósjálfráð viðbrögð. Á mánudaginn ætla ég til skólahjúkkunnar og biðja hana að rannsaka hvort ósjálfráðu viðbrögðin í mér séu eitthvað óeðlileg.

Bless, bless Dauði – álegg á brauði

Velkomin í heimsstyrjöldina!

Það er mikið rifist núna. Það er örugglega af því að það er þessi tími ársins. Það er gott að geta skellt skuldinni á þennan tíma ársins. Ef mamma segir mér að gera heimavinnuna í stærðfræði og sænsku, þá svara ég bara sallarólegur:

– Heimavinnu? Ertu frá þér? Það er ekki hægt að gera heimavinnu á þessum dapurlega árstíma.

Þá brjálast mamma.

Í gær brjálaðist pabbi. Nasirnar á honum urðu svona sjö sinnum stærri en venjulega. Mér datt í hug að taka mynd af þeim og senda einhverju grínblaði en ég hætti við.

Ástæðan fyrir því að pabbi brjálaðist var sú að gamall kunningi mömmu hringdi. Það var maður sem heitir Frank. Hann vildi hitta mömmu á einhverju kaffihúsi og tala um gamlar minningar.

– Jæja? Og hvers konar minningar eru það? spurði pabbi og varð afbrýðisamur.

– Iss, sagði mamma. Við Frank vorum saman í tvö ár þegar við vorum í unglingadeild. Það er heil eilífð síðan.

Pabbi varð alveg svartur í framan. Hann leit næstum því eins út og svarthol í geimnum. Hann hótaði að nota tækifærið og drekka sig í hel meðan mamma væri að drekka kaffi með gamla elskhuganum sínum. Ég fékk dálítinn hnút í magann. Ég vil helst að báðir foreldrar mínir séu á lífi – að minnsta kosti þangað til ég er sjálfur orðinn nógu fullorðinn til að vinna fyrir peningum til að geta borgað húsaleigu og keypt í matinn.

Það hnussaði bara í mömmu og hún sagði að það væri ekkert athugavert við að eiga kunningja af hinu kyninu.

– Eða hvað, Bert?

Ég var dreginn inn í samtalið. Ég sagðist halda að strákar og stelpur hugsuðu ekki á sama hátt. Pabbi var sammála. Mamma heimtaði skýringu. Þá sagði ég að stelpur töluðu oft um smink og sambönd en strákar töluðu frekar um íþróttir og klám.

Pabbi var sammála. Mamma varð náföl og ætlaði að hringja í barnasálfræðing. Ég sagði að pabbi væri orðinn of gamall til að fara til barnasálfræðings.

Mamma andvarpaði og fór út að hitta Frank vin

sinn á kaffihúsi. Við pabbi vorum heima og spiluðum Playstation-leiki. Ég vann hann glæsilega bæði í fótbolta og hokkí. Eftir það vildi pabbi frekar horfa á textavarpið.

Mér tókst að komast hjá því með því að leyfa honum að vinna tvisvar í tennisleik. Það er rosalega leiðinlegur leikur. Maður á að hitta hvítan depil með tveimur hvítum strikum. Sá vinnur sem hittir oftar. Þessi leikur var fundinn upp á 19. öld af Gustav Vasa og félögum hans. Þeir dunduðu sér við það þegar þeir biðu eftir liðsstyrk í stríði.

Ég er bestur í sögu.

Hvernig getur námsgrein í skólanum heitið saga? Saga er brandari. Maður segir sögur af Bellman, Norðmanninum og Dananum.

Annað skrýtið orð er afbrýðisemi. Það ætti frekar að heita svartandlitsemi. Að minnsta kosti varð pabbi svartur á andlitinu. En þá héldi maður kannski að allir í Afríku væru alltaf afbrýðisamir. Nei. Sennilega væri best að láta þetta heita Friðrik Ljungberg-heilkennið. Þá kæmu hingað vísindamenn frá öllum heimshornum til að rannsaka pabba og athuga hvað vantar í heilann á honum.

Mamma var á kaffihúsinu með Frank í tvo og hálfan tíma. Þegar hún kom heim þóttist pabbi ekki sjá hana. Eftir dálitla stund spurði mamma hvort hann væri ekki forvitinn að vita um hvað þau hefðu talað.

– Eins og mér sé ekki skítsama, sagði pabbi. Og ekki reyna að segja mér að þið hafið verið að drekka kaffi í tvo og hálfan tíma. Það hlýtur að hafa verð ólseigasta kaffi í víðri veröld.

Mamma hló að dellunni í pabba og kyssti hann í þakklætisskyni fyrir brandarann. Pabbi roðnaði. Maður verður sem sagt rauður í framan þegar afbrýðisemin gengur yfir. Fyrst hvítur, svo svartur og svo rauður þegar allt er búið og maður skammast sín. Svo horfir öll fjölskyldan bara á sjónvarpið og hlær saman að einhverri mynd um fólk frá mismunandi löndum þar sem enginn skilur neitt af því sem aðrir segja. Rosalega gaman!

Gamlar minningar – svartar kinningar

(Kinnar meina ég en það rímar betur svona.)

Gott kvöld, hálfvitar!

Ég lifði af stórhættulegt kvöld. Við Áki vorum orðnir alveg vissir um að Litli-Eiríkur myndi deyja og við kannski líka en meira að segja Litli-Eiríkur lifði af.

– Strákarnir í Skrantvallaskóla eru vanir að gista stundum í Schlemmer-húsinu. Þeir gerðu það meira að segja einu sinni á hrekkjavöku, sagði Arijana í skólanum og andvarpaði af undarlegri fortíðarþrá.

– Þar lifir enginn af, sagði Áki. Allar tilraunir hafa sýnt að draugar og djöflar höggva mann í hel.

– Strákarnir í Skrantvallaskóla eru greinilega kjarkmiklir, sagði Lovísa.

– Ég er sammála, sagði Rut.

– Mér finnst það töff þegar strákar hafa kjark, sagði Arijana og horfði á mig, Áka og Litla-Eirík.

– Ég vil ekki vera töff, sagði Litli-Eiríkur og var greinilega að velta fyrir sér hvernig hann liti út sem beinagrind.

– Við vorum reyndar búnir að ákveða að gista þar um helgina, sagði ég.

Áki og Litli-Eiríkur störðu á mig stórum augum.

– Við ætlum að tala aðeins við draugana, bætti ég við.

Stelpurnar urðu yfir sig hrifnar.

– Kannski tökum við með okkur fiðrildaháf-ana og veiðum nokkra drauga sem við getum svo rannsakað í náttúrufræðitímum, hélt ég áfram.

Litli-Eiríkur fór að titra.

– Ég kemst ekki. Ég þarf að fara með pabba og kaupa eitt nýtt dekk undir bílinn, var það eina sem honum datt í hug.

– Maður kaupir aldrei eitt dekk. Það þarf að minnsta kosti tvö samstæð dekk, helst fjögur, sagði ég við þennan lygalaup.

Áki sagði að Maja Leifa, móðursystir sín sem hann hefði aldrei séð, ætlaði að koma í heimsókn og hann þyrfti að vera í eldhúsinu og búa til mat alla helgina. En hann sagðist geta fylgt mér að Schlemmer-húsinu og kvatt mig þar, áður en ég færi inn. Hann lofaði líka að færa mömmu og pabba erfðaskrána mína.

En þetta dugði ekki.

Ég var búinn að ákveða að við yrðum að vera í það minnsta jafn kjarkmiklir og strákarnir í Skrantvallaskóla.

Áki sagði að það ætti að loka mig inni á vitlausraspítala. Til hvers vildi ég fara að heimsækja fullt af draugum?

– Ég hef mínar ástæður, sagði ég, dularfullur á svip.

– Getur þú ekki sýnt Arijönu það einhvern veginn öðruvísi að þú sért kjarkmikill? spurði Áki.

– Hálfviti, sagði ég.

– Litli-Eiríkur stakk upp á að ég steypti mér kollhnís fyrir framan hana.

– Það er hættulegt, sagði hann. Maður getur hálsbrotnað.

– Hálfviti, sagði ég.

Þegar við gengum inn um hliðið fyrir framan Schlemmer-húsið var farið að hvarfla að mér að kollhnísinn hefði kannski ekki verið svo vitlaus hugmynd.

Það var koldimmt í húsinu. Úti var líka dimmt. Okkur fannst við sjá óljóst einhverjar verur standa við gluggana og veifa til að bjóða okkur velkomna.

– Þetta er örugglega Djöfullinn og allt hans fylgdarlið! kveinaði Áki.

Við rökræddum hverjir væru í fylgdarliðinu.

Litli-Eiríkur hélt að það væru sennilega Karíus og Baktus. Ég greiddi atkvæði með Tryggva, yfirmanni pabba.

– Hálfvitar, hvæsti Áki. Djöfullinn og Varúlfurinn, Drakúla og Satan.

– Djöfullinn og Satan eru sami gaurinn, sagði ég um leið og við læddumst gætilega heim að útidyrunum.

– Nei, sagði Áki. Satan er annar bróðir Djöfulsins.

– Ha? sagði ég. Á hann fleiri bræður?

– Jahá, sagði Áki. Djöfullinn er elstur, svo kemur Satan og svo er litli bróðir þeirra, Fjandinn sjálfur.

– Þeir eiga heima í Helvíti, skrækti Litli-Eiríkur.

– Það ískraði í okkur af hræðslu þegar við opnuðum útidyrnar hægt og gætilega.

– En stundum leigja þeir sér hús á jörðinni, hélt Litli-Eiríkur áfram, enn meira skrækróma.

Ég sagði Áka að kveikja á vasaljósinu í eldgrænum hvelli.

– Á þetta að vera fyndið? spurði hann. Þú tókst vasaljósið.

– Láttu ekki eins og asni, sagði ég. Ég lét þig fá það.

– Ég er ekki með það, sagði Litli-Eiríkur titrandi röddu.

Við Áki kenndum hvor öðrum um. Hvernig áttum við nú að geta séð alla draugana?

En við þurftum ekki á því að halda að sjá þá. Okkur nægði alveg að heyra í þeim. Það heyrðist brak á efri hæðinni. Við æptum svo mikið að við dóum.

– AAAAAAAAAAHHH!!! æpti Litli-Eiríkur.

– Við erum þrjár saklausar ungfrúr sem viljum engum neitt illt! öskraði Áki.

– Þyrmið okkur! hrópaði ég.

Svo hlupum við. Áki reyndi að fá Litla-Eirík til að vera eftir sem beitu, til að draugarnir næðu okkur síður. En Litli-Eiríkur harðneitaði.

Við hættum ekki að hlaupa fyrr en við vorum komnir að sjoppunni.

Við Áki keyptum okkur hnetuís. Litli-Eiríkur er með ofnæmi fyrir hnetum þannig að hann varð að láta sér nægja tvö vínber. Hann fékk bara tvö fyrir fimmkallinn sinn.

– Það má eiginlega segja að við höfum gist í Schlemmer-húsinu, sagði ég.

– Þú lýgur, sagði Áki. Við vorum þar inni í þrjár mínútur og tólf sekúndur.

– Og hvað með það, sagði ég. Á okkar aldri þarf maður ekki mikinn svefn og þar að auki voru það þrjár mínútur og tuttugu sekúndur. Rétt skal vera rétt.

– Ég held að Arijana hafi logið, sagði Litli-Eiríkur.

– Arijana lýgur aldrei, sagði ég ákveðinn.

– Ég held að hún hafi sagt þetta af því að hún er ástfangin af þér, Bert, sagði Litli-Eiríkur.

Við Áki fórum að hlæja. Eins og Litli-Eiríkur vissi eitthvað um að vera ástfanginn.

– Horfið þið bara sjálfir á Doktor Dennis á Stöð 4 á laugardaginn. Þar fáið þið sannanir.

– Þú veist ekkert um stelpur, Litli-Eiríkur, sagði ég.

Litli-Eiríkur kastaði öðru vínberinu sínu í mig og fór svo heim.

Arijana.

Ég þarf að horfa á Doktor Dennis á Stöð 4 á laugardaginn.

Ekkert ljós – draugar í dós

Halló í kofanum!

Þá er aftur kominn tími til að Bert Ljung stórmeistari segi frá ýmsu því mikilvægasta í heiminum.

Eitt af því mikilvægasta er fyrsti sunnudagur í aðventu. Það er einmitt í dag. Þennan dag á að halda hátíðlegan með því að brenna öll kerti sem maður finnur.

Á föstudaginn var aðventuhátíð í bekknum. Áki bauðst til að koma með gömul logsuðutæki sem hann sagðist geta notað til að kveikja í. Kennslukonan afþakkaði boðið. Áka fannst hún smámunasöm. Emilía og Lovísa sungu. Þrír sofnuðu á meðan. Pínulítill piparkökubiti stóð í Litla-Eiríki og hann hóstaði ógeðslega í 20 mínútur. Sumir reiddust við hann fyrir að trufla jólafriðinn.

Hátíðisdagar eru mikilvægir. Okkur Áka finnst vanta miklu fleiri hátíðisdaga til að halda upp á.

Þess vegna fundum við upp nokkra nýja.

- ☠ Dagur blóðugra barna: Þá á fólk að skera sig í puttana og vera alblóðugt.
- ☠ Mánudagur feitra kalla: Þá á maður að borða svo mikla fitu að maður verði feitur kall.
- ☠ Dagur ónauðsynlegra orða: Þá má bara tala um það sem er ónauðsynlegt.
- ☠ Afmælisdagur Karls Gústafs konungs 112.: Þann dag má halda hátíðlegan hvenær sem er af því að sá konungur er ekki fæddur enn.
- ☠ Klæðskiptingadagurinn: Þá eiga allir í bekknum að skipta um föt hver við annan. Ég vildi hafa reglurnar þannig að strákur og stelpa ættu að skipta um föt inni í dimmum klefa, en Áki vildi það ekki. Hann sagðist ekki vilja ganga í brjóstahaldara og G-streng.
- ☠ Pókerdagurinn: Þá eiga allir að spila póker. Þeir sem neita verða að bjóða hinum upp á pítsu.

Það á að koma nýr nemandi í bekkinn. Síðast kom ungfrú. Hún er stelpa og heitir Arijana. Hún er frekar þögul. Ég veit ekki hvort hún er sofandi. Nú hlýtur að koma strákur. Ef ekki þá er það óréttlátt og við strákarnir verðum að fara til skólastjórans með mótmælalista. En ef það verður strákur þá ætla ég strax að stela vináttumiðanum hans.

Vináttukeppnin í skólanum er alveg farin úr böndunum. Nú gilda engar reglur lengur. Kennslukonan sagðist vera að velta því fyrir sér að hætta við allt saman. Þá púaði allur bekkurinn.

Vinátta er mikilvæg. Ef maður á enga vini getur maður ekki hringt í neinn um miðja nótt til að minna hann á danstímann á morgun.

Ég hringdi í Áka í nótt. Hann svaraði eftir þrjár hringingar.

– Ahjlló, sagði hann hálfsofandi.

– Hæ, Magga, sagði ég. Þetta er Gunnar. Gleymdu ekki danstímanum á morgun.

– Kveiktu í þér, sagði Áki.

– Áttu eldspýtur? spurði ég.

– Heldurðu að ég þekki þig ekki?

– Jú, auðvitað þekkirðu mig, Magga. Ég heiti Gunnar.

– Nei. Þú heitir AllsBert!

– Gleymdu samt ekki dansinum, svaraði ég

Áki svaraði ekki. Hann var sofnaður. Það var reyndar ókurteisi, en ég verð að fyrirgefa honum það af því að við erum vinir.

Það er margt sem er hægt að gera þegar maður á vini. Það er til dæmis allt í lagi að prumpa í návist vinar síns. Vinurinn má ekki verða reiður og ekki kjafta frá. Það er hægt að fá lánaða peninga hjá vini sínum og gleyma að borga þá aftur. Það er hægt að hringja í vin sinn þegar maður er í vandræðum. Og ef maður er ekki í vandræðum er samt hægt að hringja. Vinir eiga alltaf að vera reiðubúnir til hjálpar. Til dæmis ef maður getur ekki reiknað dæmi á prófi. Þá eiga vinirnir að vera tilbúnir með rétta útkomu á miða. Annars fengi maður allt of lágar einkunnir.

Ég er að hugsa um að gerast símasölumaður. Ég held að það sé rosalega auðvelt.

– Halló. Ég heiti Bert og þú átt að gerast áskrifandi að blaði.

– Nei takk, ég vil það ekki, segir viðskiptavinurinn.

– Þú verður, segi ég. Þú mátt ekki gleyma því að við erum vinir.

– Allt í lagi þá, segir viðskiptavinurinn.

Yfir og út – með bindishnút

Halló loftbelgir!

Loftbelgir eru skrýtnir. Þeir eru eiginlega líkastir ömmu. Stórir og útþandir af gasi. Þegar amma prumpar flýja illir andar – gamalt ömmuorðtak.

Amma er hrifin af Jesúsi. Stundum ætlar hún að lesa upphátt úr biblíunni. Þá verð ég allt í einu heyrnarlaus. Ég treysti mér ekki til að hlusta á hvað Jesús var góður í öllu. Það er hægt að fá minnimáttarkennd af því.

Það er kominn nýr strákur í bekkinn. Jibbí! Strákur. Hann heitir Malli og er frekar ljótur. Hann er með gleraugu, bólur og strítt hár. Fjórir í bekknum sögðu að hann væri líkur mér. Ógeðsleg samlíking. Malli segist spila á bassa og vera hrifinn af stelpum. Asnalegt. Það er næstum því eins og hann sé að herma eftir mér.

Í fyrstu frímínútunum upplýsti Malli að hann

væri klár í að finna óvenjulega orma. Þá varð Áki allt í einu besti vinur hans. Ég hef alltaf vitað innst inni að Áki væri svikari.

Á miðvikudaginn var hópvinna í skólanum. Ég lenti í hóp með Lindu, Þorleifi og Bjössa. Áki lenti í hóp með Litla-Eiríki og Malla.

Í hópunum áttum við að finna út hvernig góður vinur á að vera. Svo áttu allir að segja frá niðurstöðunum.

Kennslukonan skrifaði tillögurnar á töfluna. Vinur á að vera góður, aldrei eigingjarn, ekki tuða og alltaf að hugsa um aðra á undan sjálfum sér. Góður vinur á að vera tilbúinn að gefa allar eigur sínar og alltaf að segja eitthvað hughreystandi þegar einhver er dapur. Góður vinur hugsar ekki bara um sjálfan sig og montar sig ekki af því hvað hann eða hún sé góð. Og ekta vinur á að vera tilbúinn að borga þegar einhver annar hefur ekki efni á að gera eitthvað skemmtilegt, eins og til dæmis að fara í bíó.

Að lokum var taflan orðin troðfull af tillögum um hvernig góður vinur á að vera. Mér sýnist góður vinur eiginlega vera alger hálfviti. Aumingi sem ekki þorir einu sinni að hafa sjálfstæða skoðun.

Í mínum hóp fórum við að tala um hvernig hægt væri að sýna hvernig vinir eiga að vera. Þorleifur stakk upp á að halda flaututónleika. Það kom mér ekki á óvart því Þorleifur vill alltaf halda flaututónleika. Ég stakk upp á við skyldum fara allsnakin saman í bað og taka myndir af því. Ég gæti sjálfur verið í baðkarinu með nokkrum stelpum en hinir strákarnir sæju um að koma ljósalömpum rétt fyrir og þess háttar. Þetta var mjög góð hugmynd en samt var enginn sammála mér. Asnar.

Ég stalst til að hlera um hvað væri verið að tala í hópnum hjá Áka. Hann vildi stofna stjórnmálaflokk, VSK.

– Hvað þýðir það? spurði Litli-Eiríkur. Virðisaukaskattsflokkurinn?

– Nei, sagði Áki.

– Varðveita Svíþjóð... eitthvað?

Áki kinkaði kolli.

– Varðveita Svíþjóð... Sænskar kjötbollur?

– Krullur?

– Kökur?

– Nei, nei, nei, sagði Áki. Enginn fattar neitt. Varðveitum Sænska Konungdæmið. Það á flokkurinn að heita.

Það varð þögn og Áki neyddist til að útskýra þetta nánar.

– Ég elska kónginn. Ég er oft að hugsa um að skrifa hátíðarræðu fyrir afmæli kóngsins. Lifi konungurinn!

Hópurinn hans Áka var látinn fara að vinna í stærðfræðibókinni í staðinn.

Af hverju er desember? Manni gæti orðið kalt ef maður færi í bað með berum stelpum.

Ég hef verið að hugsa um eitt. Þegar manni er kalt skreppur typpið saman og verður eins og dökkt vínber. Skyldi það stækka og verða eins og bjúga þegar hlýnar aftur í veðri? Eða að minnsta kosti eins og venjuleg pylsa?

Kalt er á fjöllum – vínber handa öllum

Alúú!

Það er kalt úti í dag. Ekki minna en 12 stiga frost. Og hér inni í íbúðinni er enn kaldara. En það er aðallega tilfinningakuldi. Mamma og pabbi eru í fýlu hvort út í annað.

Það er alveg sjúklegt að horfa á foreldra sína haga sér eins og þau væru fjögurra ára.

Þetta byrjaði fyrir nokkrum vikum þegar gamall vinur mömmu hringdi í hana. Það var fyrrverandi kærasti sem hét Frank. Mamma varð glöð og fór út og hitti gamla kærastann á kaffihúsi. Pabbi hótaði að drekka sig í hel á meðan. Svo hló mamma bara afbrýðisemina úr pabba.

Í gær fórum við öll þrjú á eitthvert gamalt safn. Þar var mörg hundruð ára gamalt ryk. Ég er viss um að ég smitaðist af allri þessari elli því ég sá ekki betur en ég væri kominn með tvær hrukkur þegar ég gáði í spegilinn á klósettinu.

Skyndilega hrópaði einhver kona: Friðrik Ljung! Ert þetta virkilega þú?

Röddin var svo hávær að hún hefði getað verið atvinnugólari í óperu. Svo birtist kona með eldrauðan varalit og faðmaði pabba að sér. Hann stirðnaði allur upp. Augun í mömmu urðu svört. Hún starði á konuna og svo starði hún á pabba.

– Hver ert þú? spurði hún kuldalega.

– Ég heiti Lena og var einu sinni kærastan hans Glenns, besta vinar Friðriks.

Þá fékk pabbi allt í einu minnið. Hann varð ofsaglaður að hitta Lenu aftur. Þau föðmuðust og höguðu sér eins og asnar. Svo stigu þau einhver dansspor eins og þau voru greinilega vön að gera í gamla daga. Einhvern tíma á steinöld sýndist mér. Mamma leit á mig og hristi höfuðið.

– Hvílíkt rugl, sagði hún.

– Eigum við ekki að fá okkur kaffi? spurði Lena.

– Jú, endilega, svaraði pabbi og skáskaut augunum á mömmu.

– Ég byrja ekki á vakt fyrr en eftir klukkutíma.

– Á vakt? Vinnur þú hér?

– Já!

Lena var leiðsögumaður á safninu og nú vildi hún endilega sýna Friðrik og fjölskyldu hans allt þetta spennandi safndót.

Við mamma vildum helst sleppa en pabbi sagði

að það væri auðvitað alveg stórfenglegt að fá Lenu með til að sýna okkur allt það merkilegasta.

Mamma sagði hvæsandi röddu að klukkan væri orðin margt og við þyrftum að fara að koma okkur heim. Pabbi neitaði að hlusta. Hann sagði að það væri svo gaman að hitta fólk sem maður hefði ekki séð lengi. Það hafði mamma reyndar sagt sjálf þegar hún fór að hitta *Frank* fyrir nokkrum vikum. Þá fattaði mamma að hann var að hefna sín á henni.

– Allt í lagi, hvæsti mamma. Ef það er þannig sem þú vilt hafa það. Þá fer ég og bíð í bílnum. Komdu Bert!

– Nei, sagði ég. Mér finnst gaman að skoða allt þetta gamla hérna á safninu, bæði gamla hluti og gamlar kærustur.

Mamma fór. Ég, pabbi og Lena, fórum í veitingasöluna. Lena talaði mikið um hvernig pabbi hefði verið í gamla daga. Mér fannst gaman að hlusta á það. Meðal annars sagði hún að pabbi hefði verið myndarlegur þegar hann var ungur og margar stelpur skotnar í honum. Til dæmis Lena sjálf.

– Eee, sagði pabbi og kafroðnaði.

– Jú, víst, sagði Lena. Ég hefði miklu frekar viljað vera með þér en Glenn. Svo varstu líka svo sexí. Og það ertu reyndar enn…

Pabbi varð enn rauðari í framan og sagði mér að

fara og athuga hvort mamma þyrfti ekki hjálp við að opna bíldyrnar. En ég fór ekki neitt. Ég vildi ekki missa af því að heyra meira um pabba þegar hann var ungur.

Ég hef heyrt að eiginleikar feðra smitist oft til sonanna og eiginleikar dætra til mæðranna. Það þýðir að ég er líka sexí. Flott. Allavega betra en að líkjast mömmu og sitja í fýlu úti í bíl.

Þegar við fórum heim sat mamma og sagði ekki eitt einasta orð alla leiðina. En pabbi talaði og talaði. Honum fannst þetta vera það skemmtilegasta sem fjölskyldan hefði gert í mörg ár.

Nú sitja pabbi og mamma hvort í sínu herbergi og steinþegja. Ef einhver kæmi nú frá sjónvarpinu og vildi taka viðtal við einhvern í fjölskyldunni um símakostnað eða rafmagnsverð og svoleiðis. Þá gæti enginn sagt neitt nema ég. Og ég sem veit ekkert um símakostnað eða rafmagnsverð. Það yrði mjög vandræðalegt viðtal.

Eitt gott hefur gerst. Malli, nýi strákurinn í bekknum er strax hættur aftur. Hann byrjaði í okkar bekk til reynslu en kunni ekki nógu vel við sig. Fínt. En ég verð víst að halda kjafti um það sem mér finnst. Næstum öllum strákunum í bekknum líkaði vel við Malla. Margir sögðu að hann og ég værum eins og nákvæmar eftirlíkingar hvor af öðrum. Þetta er það vitlausasta sem ég hef heyrt.

Malli var með gleraugu, strítt hár sem stóð út í loftið og spilaði á rafmagnsbassa. Þar fyrir utan var hann svo alveg vitlaus í stelpur. Þetta er ekki líkt mér að neinu leyti!

Í gær sagðist Malli hafa haldið að það væru fleiri fallegar stelpur í skólanum okkar. Hann var svo óánægður með stelpurnar að hann ætlar að flytja sig yfir í Jungbergsskóla.

– Það er þar sem allar fallegu stelpurnar eru, sagði hann.

Hálfvitalegt að hugsa um svona smáatriði. Í skóla á maður auðvitað fyrst og fremst að hugsa um lærdóminn.

Stelpunum í skólanum líkaði ekki við Malla. Þær eru yfir sig ánægðar yfir því að hann skuli fara. Nú eru líka stelpurnar aftur komnar í meirihluta í bekknum. Ég þykist vera vonsvikinn yfir því en í rauninni finnst mér gott að vera laus við þennan brjálæðing sem aldrei hugsar um neitt nema stelpur.

Pabbi er á labbi en mamma að þramma –
enginn að djamma

Hæ!

Það getur mikið gerst á einni viku. Síðasta vika sló heimsmet í atburðafjölda.

Fyrst var listaþema í bekknum. Það þýðir að maður á að gera listaverk hvort sem mann langar eða ekki. Kennslukonan ákvað að við ættum öll að gera einhvers konar listaverk um vináttu, af því að vinátta er svo mikilvæg.

Asnalegt. Mér finnst kossar og sleikur miklu mikilvægara en vinátta.

Allir í bekknum neyddust til að búa til sitt eigið listaverk. Mér datt í hug að láta margar, berar stelpur faðma mig og taka mynd af því. Myndin átti að heita „Meira en vinir". En ég þorði ekki að spyrja neina stelpu hvort hún væri til í að vera með á myndinni. Mig langaði að spyrja Arijönu en hún hefði sennilega rekið hnéð í klofið á mér ef ég hefði spurt. Mér fannst öruggara að spyrja hana ekki.

Áka datt í hug að búa til kjarnorkusprengju. Það listaverk átti að heita „Friðarsprengjan – springur bara ef einhver segir eitthvað ljótt".

Kennslukonan sagðist ekki skilja boðskapinn hjá Áka og þar að auki hefðum við ekki tíma til að smíða heila kjarnorkusprengju á einum skóladegi. Áki varð að láta sér nægja að klippa myndir af sprengjum út úr blöðum og líma þær saman í mynd sem hann kallaði „Stríð í friðarskyni".

Ég er enn að velta fyrir mér hvað ég eigi að gera. Líklega skila ég einhverju inn á síðustu stundu.

Nú skipti ég um penna og skrifa með rauðu. Ég ætla að skrifa um rosalega fallega stelpu. Hún heitir Arijana og er í mínum bekk. Hún er frekar ný í bekknum og ég hef ekki tekið almennilega eftir henni fyrr. En nú tek ég eftir henni. Hún er ofsalega falleg, góð og umfram allt er hún dugleg að safna vináttumiðum. Henni hefur tekist að fá senda mörg hundruð miða frá gamla heimalandinu sínu, Serbíu.

Fyrst þegar Arijana byrjaði í bekknum, fannst mér hún þögul og leiðinleg en nú, þegar ég veit að hún er svona snjöll að safna vináttumiðum, finnst mér hún vera orðin miklu fallegri.

Ég ákvað að verða pínulítið ástfanginn af henni og hugsaði með mér að þá gætum við kannski skipt vináttumiðunum hennar á milli okkar. Fólk segir jú „þínir vinir eru mínir vinir". Að minnsta kosti segja kærustupör það.

Ég hef Litla-Eirík grunaðan um að fara eftir svipaðri áætlun og ég. Hann er alltaf að hringja í mig og senda mér SMS. En ég verð bara pirraður þegar ég sé númerið hans á skjánum.

Litli-Eiríkur er svo þreytandi. Hann er alltaf að þykjast vilja gera allt fyrir Arijönu en ég veit að hann er bara að hugsa um vináttumiðana hennar. Það er alveg eftir honum að gleyma því að hún hefur líka tilfinningar. Litli-Eiríkur er alveg tilfinningalaus gagnvart öðrum.

Í gær bar ég smávegis af þungum hlutum fram hjá húsinu þar sem Arijana á heima til að láta hana sjá að ég er bæði sterkur og töff. Það er reyndar alveg dæmigert að hún skuli eiga heima uppi á 3. hæð í 5 hæða húsi. Ég bar hjólið mitt alla leið upp á 5. hæð og varð svo móður að ég var nærri því hættur að geta andað. Því miður sá Arijana mig ekki meðan ég var að bera þetta þunga hjól.

Næst tók ég litla steypuhrærivél. En hún var svo þung að ég komst ekki nema tvær tröppur.

Að lokum fann ég kassa með frosnum bláberjum. Þá opnaði Arijana dyrnar og kom auga á mig.

– Hvað ertu að gera? spurði hún.

– Bera ber, svaraði ég svellkaldur á svipinn.

– Hér?

– Já. En þetta eru bara bláber, ekki allsber.

Arijana hló. Brosið á andliti hennar var svo hlýtt að það þíddi öll frosnu berin í einu vetfangi. Og í maganum í mér ólguðu tilfinningar. Gat þetta verið ást?

Arijana spurði mig hvort ég vildi koma með að horfa á bróður hennar spila bandí. Ég sagði já. Við fórum saman. Við vorum mjög þögul allan tímann. Það var erfitt að láta sér detta í hug eitthvað til að segja. Arijana spurði hvort ég spilaði bandí.

– Já, auðvitað, sagði ég. Ég er vanur að skora svona 20 – 30 stig í hverjum leik.

– Mörk, áttu við?

– Já.

Svo varð þögn aftur.

– Hefurðu nokkurn tíma velt fyrir þér ís? spurði ég.

– Neei, svaraði Arijana.

Svo varð aftur þögn. Síðan vorum við komin alla leið. Það kalt og svo snjóaði líka. Ég sá boltann bara einu sinni. Það var þegar hann hitti mig í fótinn. Ég lét eins og ég fyndi ekkert til. Arijana spurði hvort ég vildi fara heim.

– Nei, þetta er rosalega gaman, svaraði ég.

Tveimur tímum seinna komst ég heim. Þá var

ég orðinn djúpfrystur íspinni. Tillinn var næstum horfinn. Það gerist þegar manni verður kalt. Ef maður er nógu óheppinn hverfur tillinn alveg og maður fær að hafa fataskipti í kvennaklefanum fyrir leikfimitíma.

Ég fór að horfa á bandí með Arijönu. Framhaldið gæti orðið áhugavert.

Nú er ég tilbúinn með óskalistann. Ég ætla að senda pabba hann í tölvupósti í vinnuna svo hann hafi tíma til að kaupa allar jólagjafirnar. Dýrustu jólagjafirnar eru MP3-spilari og svo ferð til Taílands með fjórum vinum og fjölskyldum þeirra. Sú ódýrasta er eldspýtustokkur. Ef ég fæ ekki dýrustu gjafirnar get ég nefnilega notað þá ódýrustu til að kveikja í jólagjöfunum hans pabba. Ég var heppinn að fæðast svona gáfaður.

Algjör snilli – bandítilli

Húúúúúúúrrraaaaaa!

Ég er ástfanginn.

Ég veit ekki hvort það er löglegt að strákur í 7. bekk sé ástfanginn. Ég ætla að hafa samband við lögfræðingafélagið og athuga það. Ef það er bannað getur lögfræðingafélagið kannski útvegað mér ókeypis lögfræðing. Annars borga ég úr eigin vasa. Þetta er meira virði en allir peningarnir mínir. Núna á ég nefnilega alveg yndislega kærustu. Hún heitir Arijana.

Við fórum aftur að horfa á bandí. Við horfðum á Sænsk-serbneska boltafélagið spila á móti Eyrarskógum. Ég hélt með Sænsk-Serbum og öskraði svo mikið að ég varð blár í framan.

– Áfram! Berjast! Áfram! æpti ég.

– Af hverju heldur þú með þeim? spurði Arijana undrandi.

Ég vissi ekki hverju ég átti að svara en auðvitað

hélt ég með þeim af því að Arijana er frá Serbíu og Mehdi, bróðir hennar, var að spila.

– Sko... ja... af því að...

– Af því að þeir eru Serbar? spurði Arijana og brosti.

– Eee, já, sagði ég. Áfram Mehdi!

– Bróðir minn spilar með Eyrarskógum, flissaði nú ljúfi engillinn við hliðina á mér. Og helmingurinn af Sænsk-Serbum eru Svíar.

– Já, þannig. Auðvitað vissi ég það. Ég var bara að athuga hvort þú værir að fylgjast með.

Arijana horfði á mig. Fyrst var hún þögul. Svo brosti hún. Ég þorði ekki að horfa á hana. Kannski var hún móðguð.

– Þú veist ekki mikið um bandí, er það? spurði hún.

Ég hló í 37 sekúndur. Svo lagði Ariana höndina fyrir munninn á mér.

– Að hverju ertu að hlæja? spurði hún.

– Ég veit allt um bandí. Ég kann allar pökkastærðir utan að.

– Pökka?

– Já þessir hnöttóttu hokkípökkar... bandípökkar, meina ég.

– Kjáni, sagði Arijana og strauk mér blíðlega um vangann.

Ég leit á hana. Hún horfði beint inn í augun á mér.

– Moj zlato. Gullið mitt, sagði hún.

Ég sagði ekki neitt. Allt var farið að snúast. Ég held að það hafi liðið yfir mig í eina sekúndu. Allt í einu sat Arijana rosalega nálægt mér. Andlitið á henni var í 2,8 sentimetra fjarlægð frá mínu. Nefin náðu saman. Ég var ekki kvefaður. Heppni. Hún var ekki heldur með kvef. Ennþá meiri heppni.

– Áttu nokkra kærustu? spurði hún.

– Ég veit það ekki, svaraði ég.

– Veistu það ekki? spurði hún.

– Nei, sagði ég.

– Veistu ekki hvort þú átt kærustu?

– Ég er ekki viss.

– Ég skil ekki, sagði Arijana.

– Ég er ekki viss um hvort þú ert kærastan mín, sagði ég.

– Hvað heldurðu?

– Ég er að hugsa um að giska á já, sagði ég.

– Það eru 50% líkur á að þú hafir giskað skakkt, sagði Arijana og færði andlitið 6 millimetra nær mínu.

Nasavængirnir snertust.

– Hafði ég rangt fyrir mér? spurði ég.

– Nei, svaraði hún. Þú giskaðir rétt.

Svo lagði hún mjúku varirnar sínar upp að mínum hörðu og hrukkóttu vörum.

Við kysstumst.

Um leið skoraði Mehdi fyrir Eyrarskóga.

– Maaaark! öskraði Arijana – og ég líka – í miðjum kossi.

Það bergmálaði niðri í kokinu á mér. Hljóðið var eins og þegar maður situr fastur í röri.

Litli-Eiríkur festist einu sinni í röri. Röddin hljómaði einmitt svona þegar hann hrópaði og bað heilögu öndina að hjálpa sér.

– Heilögu öndina? spurðum við Áki.

– Já. Guð, Jesús og heilaga öndin.

– Heilagur andi, leiðrétti ég.

– Já, mér er skítsama hvaða andategund það er! Hjálpið þið mér bara! æpti Litli-Eiríkur.

Ég og Arijana. Það er satt. Arijana er fallegasta nafn sem til er. Það fannst mér ekki í síðustu viku. En núna finnst mér það.

Við Arijana verðum alltaf saman. Að minnsta kosti þangað til ég verð þreyttur á henni. En það er engin hætta á því. Hún er svo falleg og góð. Og kossarnir hennar… þeir eru betri en súkkulaðiís. Mmmm.

Flott spark – koss og mark

Hæ, allir sem vilja heyra um hryllinginn!

Þetta er búin að vera mikilvægasta og erfiðasta vikan í lífi mínu.

Það byrjaði þannig að ég og fallegasta og besta stelpa í heimi urðum kærustupar. Arijana. Hún er fallegri en jólasveinninn. Hann er með skegg. Ég er ekki hrifinn af skeggjuðum stelpum – ekki nema kannski í sirkus.

Ég hélt að mig væri að dreyma undursamlegan draum.

Fyrir algera tilviljun vildi svo sérkennilega til að ég átti óvart leið fram hjá húsinu hennar í ógáti, einmitt þegar hún var að koma heim.

– Hæ, Bert, sagði hún.

– Nei, hæ! sagði ég og þóttist vera alveg steinhissa.

– Hvað ert þú að gera hér?

– Já, hvað ég er að gera hérna. Hvað ert þú að gera hérna?

– Ég? Ég á heima hérna.

– Já, alveg rétt. Þú átt heima hérna.

Arijana hló og spurði hvort ég vildi koma upp og fá djús. Ég sagði já takk. Hún gaf mér einhvers konar bollur og djús sem var á bragðið nokkurn veginn eins og venjulegur djús.

– Mmm, góðar bollur, sagði ég.

– Þær eru bakaðar úr krömdum maurum, sagði Arijana.

Ég veiktist skyndilega af mjög bráðum og hættulegum hrækingasjúkdómi og hrækti óvart út mér munnfylli af bollunni beint á kæliskápinn fyrir aftan Arijönu. Þá fór hún að hlæja og sagðist bara hafa verið að stríða mér. Ég hló líka og sagðist bara hafa spýtt út úr mér í gríni þótt ég vissi vel að þetta hefði bara verið djók. Svo fórum við inn í herbergið hennar.

– Flott herbergi sagði ég og leit í kringum mig.

Þegar ég sneri mér að Arijönu horfði hún á mig sínum dökku augum. Það var þögn. Ég fann hvernig hjartað fór að slá á 190 kílómetra hraða. Arijana kom alveg til mín og gerði það undursamlegasta af öllu. Hún kyssti mig. Kossinn var unaðslegur á bragðið. Við kysstumst í margar sekúndur áður en við þurftum að hætta smástund til að anda.

Ég hefði átt að sjá það strax að allt þetta með Arijönu væri of gott til að geta verið satt. Daginn eftir fór ég aftur í heimsókn til hennar. Þá lokaði hún mig inni í herberginu sínu af því að hún þurfti fram í eldhús að borða kvöldmatinn, áður en við gætum haldið áfram að kyssast.

Þegar Arijana var farin, sá ég að undir koddanum hennar var blá bók. Það var dagbók. Ég vildi ekki stelast til að lesa dagbókina hennar en svo neyddist ég til þess. Ég gat ekki annað. Ég fékk hrikalegasta áfall lífs míns. Hér hafði Arijana skrifað um strák sem var hálfviti og „einhver stelpa" gerði hann skotinn í sér. Þessi „einhver stelpa" plataði svo strax af stráknum allt sem hann átti, bæði vinina og peningana.

Að lokum var hún farin að velta fyrir sér að myrða hann. Og eina ástæðan fyrir öllu þessu var að þessi „einhver stelpa" vildi klófesta alla vináttu stráksins.

Ég var fljótur að leggja saman tvo og tvo. Svona reiknaði ég:

Arijana hafði ákveðið að verða kærasta einhvers heimsks stráks sem ætti mikið af vináttumiðum. Hún valdi mig. Svo ætlaði hún að stela öllum vinum mínum, taka peningana mína og eyðileggja líf mitt. Mér leið eins og ég væri í lífshættu í kvikmynd.

Allt í einu kom Arijana inn í herbergið. Ég sagði

henni að ég vildi hætta að vera saman. Arijana varð eins og hálfviti í framan. Hún starði hissa á mig.

– Mér finnst þú vera ljót og eiginlega ertu bara aumkunarverð manneskja. Það verður aldrei neitt úr þér, sagði ég. Bless.

Ég fór út úr herberginu, út úr íbúðinni og út úr lífi Arijönu.

Hér hefði sagan getað verið búin en hún endaði samt ekki þarna.

Daginn eftir áttu krakkarnir í hóp C að segja frá niðurstöðum sínum um vináttu. Í hóp C voru Arijana, Linda, Þorleifur og Bjössi.

Þorleifur spilaði á flautu þangað til allir voru farnir að púa. Þá hætti hann. Hann sagði að þetta væri friðarlag.

Svo las Arijana upp sögu sem hún hafði skáldað. Sagan var um „einhverja stelpu" sem gerði strák skotinn í sér og eyðilagði allt líf hans.

Ég skildi allt. Ég hafði misskilið dagbók Arijönu. Þetta var engin dagbók, heldur sögubók með sögum sem Arijana hafði skáldað. Allur bekkurinn grét þegar Arijana lauk sögunni.

– Þetta er svo fallegt að það gæti næstum verið satt, snökti kennslukonan.

Ég vildi helst deyja. Eða í það minnsta flytja til Kongó. En verst af öllu er að ég er ennþá ástfanginn af Arijönu. Mér líður illa þegar ég hugsa um það sem ég sagði við hana. Skyldi vera hægt að spóla lífið til baka um eins og tvo daga? Ég ætla að hringja í Áka og athuga hvort hann veit um einhverja góða aðferð.

Ekki meir að segja – bara deyja

Bless og gleðileg jól!

Nú ætla ég að segja alveg sanna sögu um Bert Ljung, strák sem fyrst breyttist úr venjulegum lúser í ennþá meiri ofursúperlúser og breyttist svo alveg óvænt í hetju.

Fyrir nokkrum vikum var besta stelpa í heimi kærastan mín – Arijana. Því miður breyttist heilinn í mér í hafragraut og ég sagði henni upp af því að ég hélt að hún væri lúmsk og grimm norn. Það var hún ekki. Það var ég sem var grimmur.

Þegar ég áttaði mig á hvernig í öllu lá þá skammaðist ég mín og langaði að segja fyrirgefðu. Mér datt í hug að senda henni pakka með rósum en ég treysti ekki póstinum. Þeir sem vinna hjá póstinum stela stundum innpökkuðum blómum og gefa konunum sínum. Svo datt mér í hug að senda glaðleg skilaboð með SMS. En það eina sem mér datt í hug var: *Hvernig líður þér eftir helgina*?

Það var ekkert mjög snjallt. Skáldaheilinn í mér bilaði og stóð kyrr. Hann bilar oft þegar ég er að hugsa um stelpur.

Svo rakst ég á Litla-Eirík. Aldrei þessu vant var hann ekkert að tuða um að hann þyrfti að tala við mig.

– Þarftu ekkert að tala við mig í dag? spurði ég hissa.

– Nei. Ekki lengur, sagði þessi litli pissumaur.

– Af hverju ekki?

– Af því að ég er búinn að gefa Arijönu alla miðana.

– Miðana? Hvaða miða?

Ég fann á mér að eitthvað hræðilegt hefði gerst og velti fyrir mér hvort ég vildi í raun og veru vita það sem Litli-Eiríkur ætlaði einmitt að fara að segja. Hann sagðist hafa verið að reyna að ná í mig í langan tíma til að gefa mér alla vináttumiðana sem hann hafði fengið í gegnum netklúbbinn sinn – Bakteríuvinina.

Hann hafði fengið meira en 120.000 miða sem hann ætlaði að gefa mér. Það var þess vegna sem hann var alltaf að senda mér SMS og biðja mig að tala við sig. Og allan tímann hafði ég forðast hann af því að ég hélt að hann ætlaði bara að biðja mig að gefa sér helminginn af vináttumiðunum sem ég fengi hjá Arijönu. En þannig var það sem sagt ekki.

– Hvað gerðirðu þá við miðana mína? spurði ég reiður.

– Ég gaf Arijönu þá.

Ég dó dálítið. En eitt var þó gott. Nú hafði ég tvær góðar ástæður til að sættast við Arijönu. Annars vegar að fá hana til að fyrirgefa mér og hins vegar að fá hana til gefa mér vináttumiðana sína þannig að ég gæti unnið vináttukeppnina og fengið verðlaunin.

Áki hefur nefnilega heyrt að verðlaunin eigi að vera merkilegri en venjulega.

Ég var alveg viss um að ég gæti átt raunhæfa möguleika á sigri ef ég fengi alla miðana hennar Arijönu. Ég ákvað að leita hana uppi. Ég fann hana á bandívellinum þar sem bróðir hennar var að spila undanúrslitaleik.

– Hæ, sagði ég. Hvað er að frétta?

– Tvö tvö, svaraði Arijana.

– Hvaða tvö? spurði ég.

Arijana svaraði engu. Ég horfði út á völlinn. Það var vandræðaleg þögn. Eftir nokkra stund datt mér nokkuð sniðugt í hug til að segja:

– Aumingja boltinn.

– Af hverju þá?

– Af því að það er alltaf verið að lemja hann með kylfunum, svaraði ég.

– Hann hefur kannski gert eitthvað af sér, sagði Arijana.

Ég skildi. Arijönu langaði til að skipta á mér og boltanum og láta bandíspilarana slá mig með kylfunum sínum í staðinn. Ógnin lá í loftinu. En ég sneri mig út úr vandræðunum.

– Hvernig gengur í vináttukeppninni?

– Er hún það eina sem þú hugsar um?

Ég starði á Arijönu og skildi ekki alveg hvað hún átti við.

– Ha?

– Kemst ekkert að í hausnum á þér annað en þessi vináttukeppni?

– Nee... jú, jú.

– Ef þú vilt, þá máttu eiga alla vináttumiðana mína?

– Er það?

Ég trúði ekki mínum eigin eyrum. Þetta gekk betur en ég hafði þorað að vona.

– Já, alla nema einn. Minn eigin vináttumiða. Hann færðu aldrei.

Arijana snerist á hæli og fór. Mig langaði til að sökkva niður í jörðina. Þá skoruðu andstæðingarnir 3 – 2.

Í skólanum daginn eftir kom Arijana til mín með stóran poka fullan af miðum.

– Þú mátt eiga þá, sagði hún. Gjörðu svo vel. Njóttu sigursins.

Ég kinkaði kolli. Eiginlega hefði ég átt að vera

yfir mig hamingjusamur. Ég var viss um að með svona marga miða yrði ég öruggur sigurvegari. En innra með mér var engin gleði.

Arijana fór. Þá rak ég augun í sjálfan mig í spegli. Sá sem horfði á mig í speglinum leit út eins og algjör hálfviti, eða þannig. Þetta var ég. Óheppni. Það hefði verið miklu skemmtilegra að sjá til dæmis einhvern myndarlegan Hollywood-leikara. Þá hefðu allir orðið mjög hissa.

Þegar ég stóð þarna og horfði á sjálfan mig í speglinum, mundi ég allt í einu eftir listasýningunni um vináttu sem við höfðum verið að undirbúa fyrir nokkrum vikum. Það eina sem mér hafði að lokum dottið í hug var að teikna spegil. Á spegilinn teiknaði ég textareit og texta. Einhvern veginn fannst mér núna að sá Bert sem starði á mig úr speglinum væri enn hálfvitalegri en ég er yfirleitt. Getur verið að spegillinn plati mann einhvern veginn?

Pokinn með öllum vináttumiðunum hennar Arijönu var þungur eins og stór og feitur flóðhestur. Ég skammaðist mín fyrir framkomu mína. Lítill strákur í fjórða bekk gekk fram hjá mér og ég gaf honum alla miðana. Fyrst hélt hann örugglega að ég ætlaði að myrða sig því hann var dauðhræddur á svipinn. En svo brosti hann út að eyrum.

Hann var glaður í svona þrjár mínútur. En svo kom Sleggi. Hann var búinn að frétta hvað hefði gerst og hótaði að lemja litla strákinn ef hann fengi ekki umsvifalaust alla vináttumiðana. Litli strákurinn þorði ekki að mótmæla. Enginn annar þorði það heldur.

Á föstudaginn safnaðist allur skólinn saman í salnum áður en jólafríið hófst. Skólastjórinn tilkynnti úrslit í vináttukeppninni. Sigurvegarinn var – nokkuð óvænt, eins og skólastjórinn komst að orði – Kláus „Sleggi" Svensson. Sleggi öskraði af hamingju þegar hann ruddist upp á svið. Hann vissi að verðlaunin áttu að vera óvenju merkileg, því Áki var búinn að segja honum það. Kannski alvöru bíll eða járnbrautarlest eða eitthvað ámóta merkilegt.

Það var ekkert svoleiðis.

Verðlaunin voru fólgin í því að fá að sitja fyrir í sundskýlu á tískumyndum í vörulista Brink-tískuhússins. Sigurvegarinn átti að þykjast vera hamingjusamt barn sem lá á ströndinni og brosti blíðlega til foreldra sinna.

Ég hef aldrei áður séð Sleggja skipta um lit svona hratt. Fyrst varð hann eldrauður í framan, svo hvítur, síðan grár og loks fjólublár, áður en það leið yfir hann á sviðinu. Ég held að hann þjáist núna af áfallastreitu.

Þegar hann komst til meðvitundar hótaði hann að myrða Áka fyrir áramót. Það var nefnilega

Áki sem sagði honum að verðlaunin væru bæði óvenjuleg og alveg sérstök.

– En þau voru alveg sérstök, sagði Áki. Þetta voru að mörgu leyti alveg sérstök verðlaun. Bara það að fá að sjá Sleggja, blíðlegan á svip í sundskýlu er bæði óvenjulegt og mjög sérstakt, finnst ykkur það ekki?

Áki getur bjargað sér úr flestum klípum.

Jólaathöfnin hélt áfram og kennslukonan óskaði okkur gleðilegra jóla og allt það. Svo var allt búið. Ég fór heim. Áki spurði hvort við ættum ekki að gera eitthvað um kvöldið en mig langaði ekki til neins. Mér leið ekki vel.

Þegar ég kom heim úr skólanum hringdi síminn. Ég svaraði. Það var einhver blaðamaður á einhverju blaði í Stokkhólmi sem bað mig að segja sér eitthvað um listaverkið mitt.

– Ha? sagði ég.

– Já. Myndin af speglinum með textanum „Sérð þú vin hér?". Myndin sem þú gerðir fyrir vináttusýninguna. Hvernig fékkstu þessa snjöllu hugmynd?

Mér fannst ég vera óvenju heimskur og kom ekki upp orði.

– Halló? Ritstjórnin á blaðinu valdi þessa mynd. Þú færð sérstök verðlaun fyrir þetta snjalla listaverk. Þú færð ferð til Stokkhólms í verðlaun og mátt taka með þér fjölskylduna og einn vin.

Ég sagðist ætla að hugsa málið.

Stundum er lífið skemmtilegt og allt í fínu lagi. Þá er eins og tíminn líði ofsalega hratt. En svo gerist eitthvað leiðinlegt og þá fer tíminn hægar en maur sem staulast áfram á tréfæti.

Ég er að hugsa um að skrifa Guði jólakort.

„Af hverju" ætla ég að skrifa. „Af hverju er ég asni og af hverju er ég – Bert Ljung – svona rosalega, ofboðslega ástfanginn af Arijönu í bekknum mínum?"

Ef Guð svarar kortinu skal ég fara að fara í kirkju á sunnudögum.

Bless og takk – jólapakk(ar)

Áki

Nikki

Rut

Lovisa

Arijana

Sleggi